ഒറ്റമരത്തണലിൽ

Nadakkavu, Kozhikode, Kerala, 673011
www.insightpublica.com
e-mail: insightpublica@gmail.com
Ottamarathanalil
Author: **Harilal T.**
(Malayalam)
First Edition: January 2024
Copyright © Reserved
All rights reserved.
Printed and Published by
InsightinPublica Printers & Publishers Pvt. Ltd.
ISBN 978-93-5517-586-1
₹100

ഒറ്റമരത്തണലിൽ

ഹരിലാൽ ടി.

INSIGHT PUBLICA®

1976 ആഗസ്റ്റ് 7-ന് സി.പി. തങ്കപ്പൻ നായരുടെയും ടി.കെ. ഭവാനിയമ്മയുടെയും മകനായി ജനിച്ചു. ഗണിതത്തിൽ ബിരുദവും ബി.എഡും നേടിയ ശേഷം ഇപ്പോൾ പോത്തുകൽ കാതോലിക്കേറ്റ് ഹയർ സെക്കന്ററി സ്കൂളിൽ ഗണിതശാസ്ത്ര അധ്യാപകനായി ജോലി ചെയ്യുന്നു. 2005 മുതൽ ആനുകാലികങ്ങളിലും ഓൺലൈൻ മാഗസിനകളിലും എഴുതി വരുന്നു. വിദ്യാസാഹിതി സാഹിത്യ ശില്പശാലക ളിൽ സ്ഥിരമായി പങ്കെടുക്കാറുണ്ട് ഓൺലൈൻ പഠന സമയത്ത് വിദ്യാഭ്യാസ വകുപ്പിന് വേണ്ടി വിക്ടേഴ്സ് ചാനലിൽ ഒൻപതാം ക്ലാസിന് വേണ്ടി പത്തോളം ഗണിത ക്ലാസുകൾ എടുത്തിട്ടുണ്ട്. ഗണിതശാസ്ത്ര അധ്യാപക പരിശീലന ക്ലാസുകളിൽ റിസോഴ്സ് പേഴ്സൺ ആയി പങ്കെ ടുത്ത് വരുന്നു. മലപ്പുറം ജില്ലയിലെ സാഹിത്യവേദിയുടെ ഭാഗമായി പുറത്തിറങ്ങിയ "അധ്യാപകരുടെ 100 കഥകൾ" എന്ന കഥാസമാഹാ രത്തിൽ കഥ എഴുതിയിട്ടുണ്ട്.

ഭാര്യ: അശ്വതി.പി., മക്കൾ: ആര്യ നന്ദ.എച്ച്, ദേവനന്ദ എച്ച്.

വിലാസം:

നന്ദനം, പള്ളിക്കുത്ത്. പി.ഒ,

ചുങ്കത്തറ-679334

Ph: 9495357693

ഹരിലാൽ ടി.

ഉള്ളടക്കം

ചെറിയ മനുഷ്യരുടെ കഥകൾ

വി.ആർ. സുധീഷ്..9

മുഖമൊഴി..11

ഒറ്റ മരത്തണലിൽ...13

മിഥില...19

വ്യവസ്ഥിതി...21

കലികാലം..25

അവസ്ഥാന്തരം...28

ഇടമില്ലാത്ത ഒരാൾ..31

സമ്മാനം..35

ഓർമ്മത്തെറ്റ്...39

സർപ്പദംശനം..44

അനാമിക..50

ഗോൾ...56

ഹൃദയ വാതിൽ...62

നുറുങ്ങു കഥകൾ...69

ചെറിയ മനുഷ്യരുടെ കഥകൾ

വി.ആർ. സുധീഷ്

ചെറിയ 'ചെറുകഥ'കളാണ് ഹരിലാൽ എഴുതുന്നത്. മിക്കളും ചെറിയമനുഷ്യരെക്കുറിച്ച് അവർ സമൂഹത്തിന്റെ അവഗണന ഏറ്റുവാങ്ങുന്നവരാണ്. പരിഹസിക്കപ്പെടുന്നവരാണ്. അവരിൽ ഭിന്നശേഷിക്കാരുണ്ട് കറുത്തവരുണ്ട്. അധമജീവിതത്തിൽ ഉഴയുന്നവരുണ്ട്. എന്നാൽ അവരുടെ ആത്മാവിന്റെ പ്രകാശവും ഊർജ്ജവും, ധീരമായ ധാർമ്മികതയുമാണ് ഈ കഥകളിലെ സത്ത. വേനലിലും തളിർത്തുനിൽക്കുന്ന ഉങ്ങുമരം പോലെ മുരളീധരൻ മാഷ്. നിറവും കുലമഹിമയുമില്ലാത്ത കറുപ്പാണ്ടി. മനുഷ്യബന്ധത്തിന്റെ ആണി ക്കല്ല് തേടുന്ന ശബരീശൻമാഷ്. ഇവരെല്ലാം മനുഷ്യപ്പറ്റുള്ളവരെങ്കിലും പുതിയ ലോകത്തിന് ഇണങ്ങാത്തവരായി തീരുന്നു. ചിലർ ആകസ്മി കമായി ലോകത്തിന്റെ വെളിച്ചത്തിലേക്ക് വരുന്നു. കറുപ്പ് വെളുപ്പായി തീരുന്നു. നന്മ പ്രകാശിക്കുന്ന ലോകത്തിന്റെ വസന്തശോഭയാണ് ഹരിലാലിന്റെ കഥകളുടെ ചിത്രകല. ഒറ്റമരത്തണലിൽ അവരെ നാം സന്ധിക്കുന്നു.

മുഖമൊഴി

കഥകൾ എഴുതുകയും എഴുതപ്പെടുകയും ചെയ്യുന്ന രണ്ട് വ്യത്യസ്ത തലങ്ങൾ കഥാരചനയിൽ ഉണ്ടാകാറുണ്ട്. മത്സരങ്ങൾക്കായി കഥ എഴുതുന്നത് പോലെയല്ല മറ്റ സന്ദർഭങ്ങളിൽ കഥ എഴുതുമ്പോൾ മനസിൽ ഉടലെടുക്കുന്ന ആശയങ്ങളും വാക്യങ്ങളും രൂപപ്പെടാറ ള്ളത്. യാത്രകളിലും അനുഭവങ്ങളിലും ദൃശ്യമാകുന്ന ജീവിതചിത്രങ്ങൾ കഥകളായി മാറിയിട്ടുണ്ട്.

ചിന്തകൾ കഥയുടെ രൂപങ്ങളിലേക്ക് വഴിമാറി നടന്നപ്പോഴാണ് ഈ കഥാസമാഹാരം രൂപം കൊണ്ടത്. ആദ്യാക്ഷരങ്ങൾ എഴുതിച്ച അച്ഛനോട്, അക്ഷരപ്പെരുക്കങ്ങളിൽ കവിത പോലെ കൂടെ നിന്ന അമ്മയോട്, അറിവിന്റെ വീഥികളിൽ ഊർജ്ജം പകർന്ന അധ്യാപക രോട്.. തണലായി നിന്ന ഭാര്യയോട്, സഹോദരങ്ങളോട് കുടുംബാം ഗങ്ങളോട്, വായിച്ചും, വിമർശിച്ചും, നിർദ്ദേശം നൽകിയും പിന്തുണച്ച സുഹൃത്തുക്കളോട്.. സ്നേഹപ്പൂക്കളാൽ നന്ദി അർപ്പിക്കുന്നു.

എന്റെ ആദ്യ കഥാസമാഹാരത്തിന് അവതാരിക എഴുതി നൽകിയ പ്രശസ്ത കഥാകൃത്ത് സുധീഷ് സാറിനോട്, സാറിലേക്ക് എന്നെ എത്തിച്ച പ്രിയ സുഹൃത്തുക്കൾ ഷാജിയോട്, ലാനിഷയോട് കടപ്പാടും നന്ദിയും അറിയിക്കുന്നു.. സാഹിത്യ ഭംഗിയുടെ നേർക്കാഴ്ചകൾക്കപ്പുറം സാമൂഹ്യ ജീവിതത്തിലെ ചില തിരിച്ചറിവുകളിലേക്ക് നിങ്ങളെ വഴി നടത്തുമെന്ന വിശ്വാസത്തോടെ ഈ കഥാസമാഹാരം സാദരം സമർപ്പിക്കുന്നു.

ഹരിലാൽ

ഒറ്റ മരത്തണലിൽ...

ഉച്ചയ്യൂണിന്റെയും, തുടർന്നുള്ള ആലസ്യത്തിന്റെയും മതിലുകളെ ഭേദിച്ച് ചേല്ലൂർ യു.പി സ്കൂളിന്റെ സ്റ്റാഫ് റൂമിലേക്ക് ഹെഡ്മാസ്റ്റർ രാജശേഖരൻ കടന്നു വന്നിട്ട് പറഞ്ഞു.

"അറിഞ്ഞോ? ട്രാൻസ്ഫറായി പോയ മറിയാമ്മ ടീച്ചർക്ക് പകരം പുതിയ ആൾ ഇന്നെത്തും. എനിക്ക് ഫോൺ കോളുണ്ടായിരുന്നു. വഴിയൊക്കെ ചോദിച്ച്... ഒരു മുരളീധരനാണ്."

ആലസ്യമില്ലാതെ കൊച്ചുവർത്തമാനം പറഞ്ഞിരുന്ന പുതിയ നിയമനം കിട്ടിയ അവിവാഹിതയായ ജിഷ ടീച്ചറുടെ കണ്ണിൽ ഒരു സൂര്യനുദിച്ചതും, നാളിത് വരെ ദിവസ വേതനത്തിൽ ജോലി ചെയ്ത് വന്ന സുഹറാബിയുടെ കണ്ണിൽ സൂര്യനസ്തമിച്ചതും ഒരുമിച്ചായിരുന്നു. എല്ലാവരും ആലസ്യത്തിൽ നിന്ന് ഉണർന്നു.

"എവിട്ടന്നാ സാറേ? പുതിയ നിയമനം ആണോ? അതോ ട്രാൻസ്ഫ റോ? വീട് വല്ലതും ഏർപ്പാടാക്കണോ?"

തരക്കേടില്ലാത്ത റിയൽ എസ്റ്റേറ്റ് പരിപാടികളുള്ള ജോസഫ് മാഷ് തൽപ്പരനായി ചോദിച്ചു.

"അങ്ങ് കൊല്ലത്ത് കുളത്തൂപ്പുഴയിൽ നിന്നാണ്. ഇത് വരെ കൃഷി വകുപ്പിൽ പ്യൂൺ ആയിരുന്നു. പഴയ ലിസ്റ്റിലെ നിയമനമാണ്. 40 വയസിന് മുകളിൽ പ്രായമുണ്ട്.. വരുമ്പോ അറിയാം... എന്താ ഏതാ ന്നൊക്കെ..."

ഹെഡ് മാസ്റ്ററുടെ മറുപടിയിൽ ജിഷ ടീച്ചറുടെ കണ്ണിലെ സൂര്യനും അസ്തമിച്ചു. പ്രതീക്ഷയുടെ സൂര്യൻ ജോസഫ് സാറിന്റെ കണ്ണിൽ മാത്രമായി...

"കണക്കാണ് പഠിപ്പിക്കേണ്ടത്. ഇവിടെ പത്തിരുപത് കൊല്ലമായി

ട്രെയിനിങ്ങ് നടത്തിയും, പങ്കെടുത്തും പഠിപ്പിച്ചിട്ട് പിള്ളേർക്കൊന്നും മാർക്കില്ല.അപ്പോഴാ... കൃഷി വകുപ്പിലെ പ്യൂൺ വന്ന്."

സാറാമ്മ ടീച്ചറുടെ മുഖത്ത് പുച്ഛത്തിന്റെ അലകളൊടുങ്ങിയില്ല..

"ഡോണ്ട് അണ്ടർ എസ്റ്റിമേറ്റ് എനി ബെഡി"

ഇംഗ്ലീഷിൽ അഭിപ്രായം പറഞ്ഞ് ഭാഷാ വൈദശ്യ്യം പ്രകടിപ്പിക്കാ റുള്ള നാരായണൻ മാസ്റ്റർ പതിവ് ശീലം വിട്ടില്ല

"മുരളീധരൻ - കൃഷ്ണന്റെ നാമമാണ്.. നല്ല ആളായിരിക്കും"

സംസ്കൃതത്തിന്റെ ടീച്ചറായ സുഭദ്രയുടെ വാക്കുകളോട് അറബി അധ്യാപകനായ മുഹമ്മദ് മാസ്റ്റർ പുരികമുയർത്തി ചോദിച്ചു.

"എനിക്കും എന്റെ പേരിനും എന്താ കുഴപ്പം?"

സുഭദ്ര ടീച്ചർ കൈകുപ്പി സ്ഥലം കാലിയാക്കി...

സ്റ്റാഫ് റൂമിലെ ചിന്തകളും, അഭിപ്രായങ്ങളും തുടരവേ സ്കൂളിന്റെ ഗേറ്റിൽ കൂടി ഒരു ഓട്ടോ കടന്ന് വന്നു.

ഓട്ടോയുടെ പിന്നിലെ സീറ്റിൽ ഇരുന്ന് മെലിഞ്ഞ, താടി വെച്ച ഒരു മധ്യ വയസ്സൻ ഓട്ടോക്കാരന് ചാർജ് കൊടുത്തു.. സ്റ്റാഫ് റൂമിലെ ശബ്ദം നിലച്ച് നോട്ടം അയാളിലേക്കായി... അയാൾ പതിയെ കാൽ പുറത്തേക്ക് വെച്ചു.. "ഹാന്റി ക്യാപ്ഡ്" - ജിഷ ടീച്ചറുടെ ചുണ്ടുകൾ വിറച്ച് പറഞ്ഞു.

ഒരു കാൽപാദത്തിന്റെ ദിശ തെറ്റിയ നിലയിലായിരുന്നു. ഓട്ടോയിൽ നിന്ന് ഒരു മുഷിഞ്ഞ തുണി സഞ്ചിക്കൊപ്പം അയാൾ ഒരു വൃക്ഷ ത്തെ കൂടി പുറത്തേക്ക് എടുത്തു. ഓട്ടോ തിരിച്ച് പോയി. മുടന്തി മുടന്തി അയാൾ സ്റ്റാഫ് റൂമിനെ ലക്ഷ്യമാക്കി വന്നു.

"ഞാൻ പറഞ്ഞതെന്തായി? കണ്ടില്ലേ... കൃഷി വകുപ്പിലെ ജോലി പോലാന്നാ വിചാരം. വൃക്ഷത്തെയും പിടിച്ച് വരുമ്പോഴേ അറിയാം. പോരാഞ്ഞിട്ട് അംഗവൈകല്യവും." സാറാമ്മ ടീച്ചറുടെ ക്ഷമ നശിച്ചു...

"നോട്ട് അപ്ഡേറ്റഡ്, ദാറ്റ്സ് വൈ"- വീണ്ടും ഇംഗ്ലീഷ് ശകലങ്ങൾ മർമ്മരമായി പുറത്തെത്തി..

മുരളീധരൻ സ്റ്റാഫ് റൂമിലെത്തി.

"ഞാൻ മുരളീധരൻ, വീട് കുളത്തുപ്പുഴ.. ഭാര്യ.. ഒരു മകൻ.പ്ലസ് ട്ട കഴിഞ്ഞു. കൃഷി വകുപ്പിൽ പ്യൂണായിരുന്നു".

എല്ലാവരും പുഞ്ചിരിയോടെ സ്വീകരിച്ചു. അയാളും തിരികെ പുഞ്ചിരി ച്ചു. "നല്ല ചിരി "- ജിഷ ടീച്ചർ സുഹറാബിയോട് ചെവിയിൽ പറഞ്ഞു .

"അത് ഇയ്യ് കല്യാണം കഴിക്കാത്തത് കൊണ്ട് തോന്നണതാ. ഇന്റെ നാസറിക്കാന്റെ ചിരി ഇതിലേറെ നല്ലതാന്ന് തോന്നിയ ഒരു കാലമുണ്ടായിരുന്നു. അതൊക്കെ കല്യാണം കഴിഞ്ഞതോടെ തീർന്നു."

സുഹറാബി അനുഭവത്തിന്റെ തിരശ്ശീല ഉയർത്തി.. ജിഷ ടീച്ചർ മൗനം പാലിച്ചു. പുതിയ ആളെ ഓഫീസ് റൂമിലേക്ക് കൂട്ടിക്കൊണ്ടു പോകാനും സർവീസ് നടപടികൾ നടത്താനുമെല്ലാം എല്ലാവരും റെഡിയായിരുന്നു.

ഓഫീസ് നടപടികൾക്ക് ശേഷം "ഉങ്ങിന്റെ തൈ"യുമായി മുരളീ ധരൻ സ്കൂളിന്റെ കിഴക്കേ മൂലയിലേക്ക് നടന്നു. കുട്ടികൾ പുതിയ അധ്യാ പകനെന്ന് മനസിലാക്കി പിന്നാലെ ചെന്നു. പേരും വീടും എല്ലാം അന്വേഷിച്ചറിഞ്ഞു.

"ഇന്നെന്തിനാ മാഷേ തൈ നടണത്? ഇന്ന് പരിസ്ഥിതി ദിനമല്ല ല്ലോ?"

ചോദ്യം ഒരു അഞ്ചാം ക്ലാസുകാരിയുടേതാണ്.

"എന്നും നടാം മോളേ... നട്ടാൽ പോരാ... പരിപാലിക്കണം.ഈ ഉങ്ങ് കൊടും വേനലിൽ തളിർക്കുന്ന തണൽ തരുന്ന മരമാണ്. വർഷം തോറുംപരിസ്ഥിതി ദിനത്തിന് നടുന്ന മരമെല്ലാം പരിപാലിക്കപ്പെട്ടി രുന്നെങ്കിൽ കേരളത്തിലെ മരങ്ങളുടെ എണ്ണം ഊഹിക്കാൻ പറ്റലാ".

അവൾ മനസിലായ വിധം തല കുലുക്കി സമ്മതിച്ചു.

തുടർന്നുള്ള രണ്ട് പീരിയഡുകളിലും.. ലഭിച്ച ടൈംടേബിൾ പ്രകാരം മുരളീധരൻ ക്ലാസിൽ പോയി കുട്ടികളുമായി സൗഹൃദം പങ്കിട്ടു. അടുത്ത ഇന്റർവെൽ സമയത്ത് ചായ എത്തി.കഴിക്കാൻ പഴംപൊരിയും, ഉഴുന്ന വടയും. പകുതിയാക്കിയ ഒരുപഴം പൊരിയും, പകുതിയാക്കിയ ഒരു ഉഴുന്ന് വടയും കയ്യിൽ പിടിച്ച് ഹിന്ദി അധ്യാപകനായ രാവുണ്ണി മാസ്റ്റർ ചോദിച്ചു.

"മാഷേ... ഇത് അര, ഇതും അര... ഇത് രണ്ടും ചേർന്നാൽ ഒന്നാവി ല്ലല്ലോ. അരയും അരയും ഒന്നല്ലേ?"

സാറാമ്മ ടീച്ചർ ശ്രദ്ധമായി ചിരിച്ചു. സുഭദ്ര ടീച്ചറുടെ കണ്ണ് വിടർന്നു.

"അരയും അരയും ഒന്നാകണമെങ്കിൽ ഒരേ വസ്തുവിനെ രണ്ട് തുല്യ ഭാഗമാക്കിയത് ചേർത്ത് വെക്കേണ്ടതുണ്ട്. ഒന്ന് എന്നാൽ അതിന്റെ പൂർണതയാണ് ഗണിതത്തിൽ. എന്നാൽ മറ്റൊരർത്ഥ ത്തിൽ പൂർണത എന്നത് കേവലം ഒരു വാക്കല്ല. ഒരു വസ്തുവിനുള്ള എല്ലാ പരമപ്രധാനമായ ഗുണങ്ങളും സമ്മേളിക്കുമ്പോഴാണ് അത്

പൂർണതയിലെത്തുന്നത്.... മുരളീധരൻ സാർ പുരാണങ്ങളും, ഗീതയും, പൗലോ കെയ്‌ലോയും, ഓഷോയും എല്ലാം ചേർത്ത് വിശദീകരിച്ച തോടെ അദ്ദേഹം കേവലം പൂജ്ഞണല്ലെന്ന് മറ്റുള്ളവർ തിരിച്ചറിഞ്ഞു. കായികാധ്യാപകനായ ജോജി സാർ ഒരു വിദ്യാർത്ഥിയെയും കൊണ്ട് സ്റ്റാഫ് റൂമിലേക്കെത്തി മുരളീധരൻ മാസ്റ്റർക്ക് മുന്നിലേക്ക് തള്ളി നിർ ത്തിയിട്ട് പറഞ്ഞു.

"സാർ, ഇവൻ നിങ്ങളെ കളിയാക്കി പാട്ട പാടി"

മുരളി സാറിലൊരു കൗതുകമുണർന്നു. "ഏതാ പാട്ട്" ?

അവൻ നിന്ന് പരുങ്ങി.

"സാർ വരാന്തയിൽ കൂടി നടന്ന് പോയപ്പോ ക്ലാസീന്ന് പാടിയത്രെ."

ജോജി സാറിന് അരിശം തീരുന്നില്ല.

മുരളി വീണ്ടും ചോദിച്ചു... "എന്ത് പാട്ട്?"

"മൂക്കാലാ.... മൂക്കാബ് ലാ" പ്രതിയിൽ നിന്ന് മറുപടി എത്തി

മുരളി ഉറക്കെ ചിരിച്ചു...

"ഡാ മോനേ... മൂക്കാലാ... എന്ന് പറഞ്ഞാൽ മൂന്ന് കാലല്ലേ? മനുഷ്യന് കാൽ രണ്ടല്ലേ ഉള്ളൂ... ഇനി നീ കാൽ ഭാഗം എന്നർത്ഥത്തി ലാണെങ്കിലും അത് തെറ്റാ... എനിക്ക് കുഴപ്പമില്ലാത്ത ഒരു കാൽ ഉണ്ട്..."

ആത്മ വിശ്വാസത്തിന്റെ ആ ചിരിയിൽ സ്റ്റാഫ് റൂമിലെ പല സംശ യങ്ങളും ഒലിച്ച പോയി. അസംബ്ലിയിൽ തല കറങ്ങി വീണ സാമാന്യം വലിപ്പമുള്ള ഒരു ഏഴാം ക്ലാസുകാരനെ കായികാധ്യാപകന്റെ അഭാവ ത്തിൽ എടുത്ത് നടന്ന ഒറ്റക്കാൽ സ്വാധീനക്കാരന്റെ ആരോഗ്യത്തിന്, ആത്മവിശ്വാസത്തിനപ്പുറം കഴമ്പുണ്ടെന്ന് തെളിയിക്കപ്പെടുകയും ചെയ്തു.

ചെല്ലൂർ സ്കൂളിലെ സാഹചര്യങ്ങളിലേക്ക് ആഴ്ന്നിറങ്ങാനും മിന്നാ മിനുങ്ങിനെപ്പോലെ പ്രകാശം പരത്തി നടക്കാനും മുരളിക്ക് വേഗം കഴിഞ്ഞു. പൊതുവെ നിശബ്ദനായി ജോലികൾ ചെയ്യാനും, ഇടവേ ളകളിൽ വായനയിൽ മുഴുകാനും അയാൾ ശ്രദ്ധിച്ചു.ആഴ്ചാവസാനം നാട്ടിൽ പോയി വന്നപ്പോൾ ഉളികളുമായി വന്ന് ഗണിത രൂപങ്ങൾ ഉണ്ടാക്കാനും, പൊട്ടിയ ബെഞ്ചും ഡെസ്കും നന്നാക്കാനും മുരളി സാർ മുതിർന്നപ്പോൾ പലരും അത്ഭുതപ്പെട്ടു.. ചിലർ അതിനെ അനാവശ്യ മെന്ന് വിലയിരുത്തി. എങ്കിലും പല അധ്യാപകരിലും അദ്ദേഹത്തിന്റെ പ്രവർത്തനങ്ങൾ സ്വാധീനം ചെലുത്തി തുടങ്ങി. പലപ്പോഴ അധ്യാ പകർക്ക് ഒരേ സമയം അനുകരിക്കാനും, പുറം തള്ളാനും വയ്യാത്ത പ്രവർത്തനങ്ങളുമായി സ്കൂൾ സമയം കഴിഞ്ഞും മുരളി സജീവമായിരുന്നു.

"+2 കഴിഞ്ഞ് നിൽക്കുന്ന ഒരു മോൻ മാത്രമേ സാറിനുള്ള പോരാ ഞ്ഞിട്ട് വീട്ടിലെ കാര്യങ്ങളൊന്നും നോക്കണ്ട. ആഴ്ചയിൽ ചെന്നാ മതീലോ.. നമുക്കൊന്നും എത്ര കിട്ടിയാലും മതിയാവ്വല... മോൾക്ക് ലക്ഷങ്ങൾ കൊടുത്ത് മെഡിക്കൽ സീറ്റ് വാങ്ങിയതിന്റെയൊക്കെ വിദ്യാഭ്യാസ ലോൺ അടക്കാൻ കിടക്കുമ്പോ... ഒന്നും ചെയ്യാനും തോന്നില്ലെന്നേ..." പ്രാരാബ്ധ പട്ടിക പലരുടെയും പല വിധത്തിലും പുറത്തു വന്നു. "സാറ് ഫാമിലിയെ കൊണ്ടു വാ... അപ്പോൾ നിന്നോളം ഈ സ്കൂൾ സമയം കഴിഞ്ഞുള്ള പരിപാടിയൊക്കെ"... ചില ദുർബുദ്ധിക ളും നിർദ്ദേശിക്കപ്പെട്ടു. ചിരിയായിരുന്ന മറുപടി

"അഖിലേന്ത്യാ മെഡിക്കൽ പ്രവേശന പരീക്ഷയിൽ മൂന്നാം റാങ്ക് കേരളത്തിന്. കളത്തുപ്പുഴയിലെ അഭിനവാണ് ആ മിടുക്കൻ."- ടിവി യിൽ വാർത്ത കേട്ടിരുന്ന ചേല്ലൂർ സ്കൂളിലെ അധ്യാപകരുടെ മുമ്പിലേ ക്ക് കളത്തുപ്പുഴയിലെ അഭിനവിന്റെ ചെറിയ ഒരു വീട് തെളിഞ്ഞു വന്നു. മാധ്യമങ്ങളുടെ മൈക്കിന് മുമ്പിലേക്ക് നിഷ്കളങ്കനായ ഒരു ബാലൻ വന്നു.

"റാങ്ക് കിട്ടുമൊന്നൊന്നും കരുതിയില്ല. പഠിപ്പിച്ച അധ്യാപകർക്ക്, എല്ലാത്തിനുമുപരി എല്ലാ സഹായവും ചെയ്തു കൂടെ നിന്ന എന്റെ അച്ഛനും അമ്മയും.. അവരാണെന്റെ റോൾ മോഡൽ..."... അഭിനവിന് തൊണ്ടയി ടറി... വാക്കുകൾ മുറിഞ്ഞു... "അവരെ വിളിക്കൂ". "ആരോ കമന്റ് ചെയ്തു. മാധ്യമങ്ങളുടെ ക്യാമറക്ക് മുമ്പിലേക്ക് ആ വീടിന്റെ പ്രധാന വാതിൽ കടന്ന് മുടന്തി മുടന്തി മുരളീധരൻ കടന്ന് വരുമ്പോൾ രണ്ട് കാലിനും സ്വാധീനമില്ലാത്ത അയാളുടെ ഭാര്യയെയും കോരി നെഞ്ചോട് ചേർത്തി രുന്നു. അഭിനവ് നിന്നതിന് സമീപത്തായി ഉണ്ടായിരുന്ന കസേരയിൽ അയാൾ ഭാര്യയെ ഇരുത്തി. തുടർന്ന് മാധ്യമങ്ങളോട് സംസാരിച്ചു.

"ഞാൻ മുരളീധരൻ. ഇപ്പോൾ ചേല്ലൂർ സ്കൂളിൽ അധ്യാപകൻ. ഇത് എന്റെ ഭാര്യ സീതാലക്ഷ്മി. തമിഴ് നാട്ടുകാരിയാണ്. ശിവകാശിയിൽ ജോലി തേടി ചെറുപ്പത്തിൽ പോയപ്പോൾ കണ്ടു മുട്ടിയതാണ്. പടക്ക കമ്പനിയിൽ ജോലി ഉണ്ടായിരുന്ന അവളുടെ അച്ഛനും അമ്മയും ഒരു അപകടത്തിൽ മരിച്ചു. ജന്മനാ കാലുകൾക്ക് വൈകല്യമാണ്. ശിവ കാശിയിലെ എന്റെ ജോലി നഷ്ടമായപ്പോൾ തിരികെ പോന്നപ്പോൾ കൂടെ കൂട്ടി. അവളെ രണ്ടു കയ്യിലും കോരി എടുത്ത് ഈ പടി കയറി വന്നപ്പോൾ ജാതിയോ, മതമോ, ദേശമോ നോക്കാതെ ഞങ്ങളെ സ്വീ കരിച്ച എന്റെ അച്ഛൻ നാണു ആശാരി ആണ് എന്റെ ഹീറോ... ആശാ രിപ്പണി ഇരുന്ന് ചെയ്യുന്ന ജോലിയാണ്. കാലിന് വയ്യാത്തത് കൊണ്ട് അതിനെ വെല്ലു വിളിച്ച് നീ നടന്ന് ചെയ്യുന്ന ജോലി നേടണമെന്ന വാശി

എന്നിൽ വളർത്തിയയതും അതേ അച്ഛന്റെ ഹീറോയിസമാണ്. പഠന കാര്യങ്ങളിൽ പുസ്തകം വാങ്ങി കൊടുത്തും, സംവിധാനങ്ങളൊരുക്കിയും ഞാൻ സഹായിച്ചെങ്കിലും..വീട്ടിൽ ഇഴഞ്ഞ് നടന്ന് ജോലി ചെയ്യുകയും അഭിനവിന് പഠിക്കാൻ ഉറങ്ങാതെ കൂട്ടിരിക്കുകയും ചെയ്ത എന്റെ വാമഭാഗത്തിനാണ് ഞാനീ വിജയം സമർപ്പിക്കുന്നത്. മോനെ പറ്റി പറഞ്ഞാൽ അവന്റെ പരിശ്രമത്തിന്റെ ഫലം അവന് കിട്ടി..”

"നാടിന് അഭിമാനമായി മാറിയ അഭിനവിന്റെ വീട്ടിൽ നാം കണ്ട മുട്ടിയത് സാക്ഷര കേരളത്തിന് മാതൃകയാക്കാവുന്ന വ്യക്തിത്വങ്ങളെ യാണ്... വൈകല്യത്തിനും, കഷ്ടപ്പാടുകൾക്കും മുകളിലാണ് ഇച്ഛാശക്തി യെന്നത് തെളിയിച്ച.....".

ചാനൽ റിപ്പോർട്ടർമാർ മത്സരിച്ച് അപദാനങ്ങൾ നടത്തുമ്പോൾ അരയും അരയും ചേർന്ന പൂർണത പലർക്കും മനസിലായി. ചേല്ലൂർ നിവാസികളുടെ മനസിലേക്ക്... ഒരു ഉങ്ങ് മരം തണൽ വിരിക്കകയായി രുന്നു..... കൊടിയ വേനലിലും തളിർത്ത് നിൽക്കുന്ന അതേ ഉങ്ങ മരം.....

മിഥില

മിഥിലയുടെ പകല്യകൾക്ക് വറുതിയുടെ ഗന്ധമായിരുന്നു. രാവുകൾക്ക് ഏകാന്തതയുടെ മരവിപ്പും. ഓർക്കാൻ ബാക്കി വെക്കാതെ, ഓമനിക്കാൻ ഇടമില്ലാതെ ദിനരാത്രങ്ങൾ കടന്ന് പോകവെ... ഒരു പ്രഭാതത്തിൽ മിഥിലയുടെ ചെമ്പരത്തി പൂത്തു. ആദ്യമായി. ആ പൂക്കളെ നോക്കി നിൽക്കേ മിഥിലയുടെ ലോകം മാറിത്തുടങ്ങി. വറുതിയുടെ പകല്യകളെ മാറ്റി വസന്തം വന്നു. രാത്രിയുടെ ഏകാന്തതക്ക് മേൽ നിലാവിന്റെ പട്ട് പുതക്കാൻ തുടങ്ങി.സ്വപ്നങ്ങൾക്ക് ഊടും പാവും നെയ്യാൻ മിഥില പഠിച്ച തുടങ്ങി. കാറ്റിന്റെ മർമ്മരം മിഥിലയിൽ ഇക്കിളി ഉണർത്തി. മഞ്ഞിന്റെ നനവ് ഹൃദയ ഭിത്തിയിലൊളിപ്പിച്ച വിചാരങ്ങ ളിലേക്ക് പടർന്നിറങ്ങി....

ആൽത്തറയിലെ മിന്നാമിനുങ്ങുകളുടെ വെട്ടം അവളെ അവരുടെ സ്നേഹിതരാക്കി.അങ്ങനെ ഒരു ദിനം ആൽത്തറയിൽ നിന്ന് ഒരു നുറുങ്ങു വെട്ടം അവളെ തേടി വന്നു. ആ വെളിച്ചത്തോടൊപ്പം മിഥില നടന്ന് തുടങ്ങി. അതൊരു യാത്രയുടെ തുടക്കമായിരുന്നു. കുന്നുകളും,. പൂക്കളും, സമുദ്രങ്ങളും, ചുഴികളും താണ്ടി മിഥില നടക്കുകയായിരുന്നില്ല. തടസ്സമില്ലാതെ ഒഴുകി നീങ്ങുകയായിരുന്നു. പിന്നിട്ട നാൾ വഴിയിലെ വിഷമതകളില്ലാതെ, കനലുകളറിയാതെ, നിലാവിനെ സ്നേഹിച്ച്, മഞ്ഞിന്റെ നനവിൽ കുളിച്ച്, ഊഷ്മളതയുടെ ചൂര് തേടി അവൾ ഒഴുകവെ പെട്ടെന്ന് യാത്ര അവസാനിച്ചു.

മിഥില ചുറ്റും നോക്കി. പഴയ കാലത്തിന്റെ കാവലാളുകൾ അവൾക്ക് ചുറ്റും നിൽക്കുന്നു. നിലാവിന്റെ ആർദ്രതയില്ല, മഞ്ഞിന് പഴയ കുളിരില്ല, ആൽത്തറയിലെ മിന്നാമിനുങ്ങ് ഇല്ല.അതെ താൻ വീണ്ടും പഴയ മിഥില ആയിരിക്കുന്നു. ചെമ്പരത്തി പൂക്കാതെ ആയിരിക്കുന്നു. ആരൊക്കെയോ കാതിൽ പൊട്ടിച്ചിരിക്കുന്നു. ആ ചിരി അലോസരപ്പെടുത്തുമ്പോഴും

ചെമ്പരത്തിയെ അവൾ ചേർത്ത് പിടിച്ചു. ഇനിയും പൂക്കുന്നതിനായ്...
അങ്ങനെ നോക്കി നിൽക്കേ കുന്നിറങ്ങി വന്ന ഒരു കൈ അവളെ സ്പർ
ശിച്ചു. തിരിഞ്ഞു നോക്കി.... കൗരവ സഭയിൽ വെച്ച് അപമാനിതയായ
പാഞ്ചാലി... മുടിയഴിച്ച് നിൽക്കുന്നു. അനുഗമിക്കാനൊരുങ്ങുമ്പോൾ
മറുകൈയിൽ മറ്റൊരു കൈ ത്തലം.സൂത പുത്രനായ കർണൻ. പാണ്ഡ
വരാൽ പരിഹാസിതനായ അതേ കർണൻ

ഗീതാ വാക്യങ്ങൾ ചൊല്ലിത്തന്നവൻ ഇല്ലാത്ത ഈ ലോകത്ത്
മിഥില തനിച്ചാണ്.... വഴിയറിയാതെ......

 ഒറ്റമരത്തണലിൽ

വ്യവസ്ഥിതി

"ഓൺ യുവർ മാർക്ക്... സെറ്റ്... ഗോ.." വിസിൽ മുഴങ്ങി.. ട്രാക്കിലെ കായിക താരങ്ങൾ കുതിച്ചപാഞ്ഞു. "മുളവൻകാട് പഞ്ചായത്തിലെ ഏറ്റവും വേഗതയേറിയ താരത്തെ കണ്ടെത്തുന്ന മത്സരമാണിത്''- മൈക്കിലൂടെ അനൗൺസ്മെൻറ് മുഴങ്ങി. ആറ് കണക്കിനാളുകളെ സാക്ഷിയാക്കി കൂരിരുട്ടിന്റെ നിറമുള്ള മെലിഞ്ഞ ഒരു ചെറുപ്പക്കാരൻ ഒന്നാമനായി ഓടിയെത്തി. "മുളവൻകാട് പഞ്ചായ ത്തിലെ ഏറ്റവും വേഗതയേറിയ ഓട്ടക്കാരൻ ആയി മധു...... തിരഞ്ഞെ ടുക്കപ്പെട്ടിരിക്കുന്നു".. നീണ്ട കയ്യടി.." അതെ... നമ്മുടെ ''കറുപ്പാണ്ടി'' തന്നെ... അനൗൺസ്മെന്റ് ഇടറുകയാണ്... അതോടെ വലിയ ഒരു ക്രവ ല്യമുയർന്നു... കൂടെ ഓടിയെത്തിവരെ താങ്ങാനും ഗ്ലൂക്കോസ് നൽകാനും ആരൊക്കെയോ ഓടി വരുന്നുണ്ട്... തല കുനിച്ച്... ആരവങ്ങളില്ലാതെ, ശ്രൂശ്രഷിക്കാനാളില്ലാതെ കറുപ്പാണ്ടി മൈതാനത്തിന് പുറത്തേക്ക് നടന്നു. നിറവും കുലമഹിമയും ആണ് പലപ്പോഴും പരിഗണനയുടെ ആണിക്കല്ല്... കറുപ്പാണ്ടി സ്വയം മന്ത്രിച്ചു.

ആകാശത്തിലെ അസ്തമന സൂര്യന്റെ ചുവന്ന രാശി കറുപ്പാണ്ടിയുടെ മുടിയിഴകളിൽ ചുവന്ന രാശി പടർത്തി.. മൈതാനത്തിന് പുറത്തേക്ക് നടന്ന് ഒരു മൂലയിൽ പോയി ആകാശത്തേക്ക് നോക്കി കറുപ്പാണ്ടി കിടന്നു...

മുളവൻ കാട്ടിൽ വർഷങ്ങൾക്ക് മുമ്പ് ജോലി തേടി വന്ന മുനിയാ ണ്ടിയുടെയും കറുത്തമ്മയുടെയും മകനായിരുന്ന കറുപ്പാണ്ടി. ഒരു രാത്രിയിൽ കടയോരത്തിണ്ണയിൽ കിടന്നുറങ്ങിയിരുന്ന അവരിലേക്ക് ഒരു ട്രക്ക് മരണത്തിന്റെ രൂപത്തിൽ പാഞ്ഞുകയറുമ്പോ കറുപ്പാ ണ്ടിക്ക് രണ്ട് വയസ്. അത്ഭുതകരമായി രക്ഷപ്പെട്ട കറുപ്പാണ്ടിക്ക് അച്ഛനെയും അമ്മയെയും അന്ന് നഷ്ടപ്പെട്ടതാണ്. മുഖം പോലും

"

ഇന്നോർമയില്ല. നാട്ടിൽ ശരീരം വിറ്റ് ജീവിച്ചിരുന്ന പെണ്ണമ്മ അന്ന് ആ കുഞ്ഞിനെയും ഒക്കത്തെടുത്ത് സ്വന്തം വീട്ടിലേക്ക് പോയി. മുറുക്കി നീട്ടി തുപ്പി മാറത്തൊരു തോർത്ത് ഉണ്ടെന്ന് വരുത്തിത്തീർത്ത് നടക്കുന്ന പെണ്ണമ്മയുടെ അന്നത്തെ വാക്കുകൾ ഇന്നും നാട്ടുകാർക്കോർമ്മയുണ്ട്. "ഇതിലെ വരുന്ന എല്ലാ ലോറിക്കാരും, ട്രക്കുകാരും ഈ പെണ്ണമ്മയെ കാണാതെ പോയിട്ടില്ല - അതിലൊരുത്തന് പറ്റിയ അശ്രദ്ധയാണ് ഈ കുഞ്ഞിന് രക്ഷിതാക്കളില്ലാതാക്കിയത്. എനിക്കോ... മക്കളില്ല... അത് കൊണ്ട് ഇനി മുതൽ ഇവൻ എന്റെ മോനാ... അതു കൊണ്ട് ഒരുത്തനും എന്റെ പുരയിലേക്ക് ഇനി വരണ്ട... ഞാനാ പണി നിർത്തി"

പെണ്ണമ്മ തന്റെ വാക്കുകൾ അക്ഷരം പ്രതി പാലിച്ചു. മറ്റ വീട്ടുകളിൽ പുറം പണിക്കും, അടുക്കളപ്പണിക്കും പോയി തുടങ്ങി. സ്ത്രീ ശരീരത്തിന് കൊതി പൂണ്ട് വന്നവരെ മുറുക്കാൻ തുപ്പി ആട്ടിയോടിച്ചു. തന്റെ വസന്ത കാലത്തിലെ ആരാധ്യപുരുഷനായ സിനിമാ നടന്റെ പേര് "മധു" എന്ന് കുഞ്ഞിന് പേര് വിളിച്ച് പെണ്ണമ്മ ആ ആഗ്രഹവും സഫലമാക്കി.

ചായക്കടക്കാരനായ ചങ്ങരു മൂപ്പനാണ് മധുവിനെ "കറുപ്പാണ്ടി" എന്ന് ആദ്യം വിളിച്ചത്. കറുത്തമ്മയും മുനിയാണ്ടിയും ചേർന്ന പേരും... കറുത്ത രൂപവും. "ഇവൻ കറുപ്പാണ്ടി തന്നെ"... എന്ന പ്രഖ്യാപനം നടത്തിയത് പെണ്ണമ്മ കുഞ്ഞിനെയും എടുത്ത് നെയ്യപ്പത്തിനായി കടയിൽ വന്നപ്പോഴാണ്.. പെണ്ണമ്മ നീരസപ്പെട്ടെങ്കിലും... ഒന്നും പറയാൻ പോയില്ല. തന്നെ മറ്റൊരു കണ്ണിൽ നോക്കാത്ത ചങ്ങരു മൂപ്പനെക്കുറിച്ച് അവൾക്ക് വലിയ മതിപ്പായിരുന്നു.

സ്കൂളിന്റെ പടി കടന്ന് ഒരു ദിവസം പെണ്ണമ്മ എത്തി. "എന്റെ മോനാ... മധു.ഒന്നിൽ ചേർക്കണം." എല്ലാം അറിയുന്ന ശ്രീധരൻ മാസ്റ്റർ ചെറു പുഞ്ചിരിയോടെ മധുവിനെ പെണ്ണമ്മയുടെ പുത്രനാക്കി രജിസ്റ്ററിലെഴുതി. അടിവയറ്റിലെവിടെയോ ഒരു വേദന വരുന്നതായി പെണ്ണമ്മക്ക് തോന്നി... പ്രസവിക്കാത്ത ഞാനിന്നൊരു അമ്മയായ ന്നും അവൾക്ക് തോന്നി.

അന്ന് രാത്രി സ്കൂളിന് തീപിടിച്ചു. ചങ്ങരു മൂപ്പന്റെ കടയിൽ ചർച്ച കൊട്ടമ്പിരിക്കൊണ്ട്... ഇടയിൽ വ്യാഖ്യാനം രാജ്ജു ഒരു പ്രസ്താവന ഉയർത്തി - "പറയുമ്പോ നിങ്ങൾക്ക് വിശ്വാസം വരില്ല. എന്നാലും പറയുകയാ-" കറുപ്പാണ്ടി യെ സ്കൂളിൽ ചേർത്ത ദിവസം തന്നെ സ്കൂളിന് തീ പിടിച്ചു. ഉണ്ടായപ്പോ തന്നെ തന്തയെയും തള്ളയെയും കൊലക്ക് കൊടുത്തവനാ.. കട്ടക്കരി നിറമുള്ളവൻ നാടിനും വീടിനും ആപത്താണ്" -

പലരും കണ്ണിൽ കണ്ണിൽ നോക്കി. നിശബ്ദതയെ മുറിച്ച് ചങ്ങര മൂപ്പൻ പറഞ്ഞു "ഒന്ന പോടാ വ്യാഖ്യാനം രാജുവേ... നീ ഓരോന്ന് വ്യാ ഖ്യാനിച്ച് ഉണ്ടാക്കാതെ..."

"ഞാൻ പറഞ്ഞത് ശരിയാണെന്ന് കാലം തെളിയിക്കും" - കുടിച്ചി രുന്ന ചായ മുഴുവനാക്കാതെ രാജു ഇറങ്ങിപ്പോയി

മധു ഏഴാം ക്ലാസിൽ പഠിക്കുമ്പോ പെണ്ണമ്മ ഒരു ദിനം കുഴഞ്ഞ് വീണു്... രക്തം ഛർദിച്ച്... മധുവിനെ വിട്ട പോയി. പെണ്ണമ്മ നീട്ടി ത്തുപ്പി യിരുന്ന മുറ്റത്തെ ചുവന്ന പാടുകൾ മാത്രം ബാക്കിയായി. കാലത്തിന്റെ നിയോഗത്താൽ മധു ഒരിക്കൽ കൂടി ഒറ്റപ്പെട്ടു. പലപ്പോഴും സ്ക്കൂളിൽ സംഭവിച്ചിരുന്ന പല അശുഭ കാരണങ്ങളും മധുവിന്റെ പേരിലേക്ക് മാറ്റ പ്പെട്ടു. വ്യാഖ്യാനം രാജുവിന്റെ മകൻ തന്നെയായിരുന്ന അതിന് മുമ്പിൽ നിന്നത്. പെണ്ണമ്മയുടെ മരണത്തോടെ ഏറെ താമസിക്കാതെ മധു പഠനം നിർത്തി. ചങ്ങര മൂപ്പന്റെ ചായക്കടയുടെ മുമ്പിൽ കിടന്ന ഒരു വീപ്പയിൽ മധുവിന്റെ ഇരിപ്പിടം ഒരുങ്ങി. ചങ്ങര മൂപ്പനെ സഹായിച്ചും.. ചില ചെറിയ ജോലികൾ ചെയ്യും ജീവിതം മുന്നേറി. എല്ലാ ജോലികളും അവൻ പല വിധത്തിൽ പഠിച്ചെടുത്തു. ചായക്കടയിൽ വരുന്നവർക്ക് കളിയാക്കാൻ, അപഖ്യാതി പറയാൻ ഒരാളായി... കറുപ്പാണ്ടി മാറി... "കറുപ്പി നേഴഴകാ കറുപ്പാണ്ടിയേ... നിനക്കൊരു കല്യാണമൊക്കെ കഴി ക്കാനായി."- വർഗീസിന്റെ കമന്റാണ്. "ശരിയാ... ഏഴഴകും കറുപ്പിനാ... ബാക്കി തൊണ്ണൂറ്റി മൂന്നും വെളുപ്പിനാണ്"- കടയിൽ ചിരികൾ ഉയർന്നു. നാട്ടിലെ കോൺട്രാക്ടർ അശോകന്റെ വീട്ടിലൊരു ഡ്രൈവർ വേഷത്തിലും മധു എത്തി. മകൾ പാർവതി കുട്ടിയെ നഗരത്തിലെ കോളേജിൽ എത്തിക്കാനും തിരിച്ചെത്തിക്കാനും ഉള്ള ജോലി.

"മുമ്പിൽ അമാവാസി - പിൻ സീറ്റിൽ പൗർണമി"- സ്ഥലത്തെ പ്രവാലന്മാർ കമന്റിട്ടു.

"മോൾക്കൊരു ഡ്രൈവർ വേണം. കറുപ്പാണ്ടിയെപ്പോലൊരു വിരൂപനായാൽ വേറൊന്നും പേടിക്കണ്ടാ"- കോൺട്രാക്ടർ പലരോടും പറഞ്ഞ് ചിരിച്ച...

ഒരു നിറത്തിന് ഇത്ര മാത്രം പ്രശ്നങ്ങളുണ്ടെന്ന് മധുവിനെ സാഹ ചര്യങ്ങൾ പലപ്പോഴും പഠിപ്പിച്ച.ക്ലാസിൽ മഴവില്ലിന്റെ നിറങ്ങളെയും, അത് ഒരുമിച്ച് സ്പീഡിൽ കറക്കിയപ്പോ വെള്ള കളറുണ്ടാകുന്നതിനെയും പറ്റി മോഡൽ ഉണ്ടാക്കി സാർ പഠിപ്പിച്ചപ്പോൾ "കറുപ്പ് ഉണ്ടാകുന്ന തെങ്ങനെയാ സാറേ."... എന്നാരോ ചോദിച്ച് കുട്ടികൾ കൂട്ടത്തോടെ തന്നെ നോക്കി ചിരിച്ചത് എല്ലാം ഇന്നും ഓർമ ഉണ്ട്... ഇന്നും തന്നെ

നോക്കുന്ന ചങ്ങര മൂപ്പനൊഴികെ ഒരു കണ്ണിലും സ്നേഹമില്ലെന്ന് മധു അത്ഭുതത്തോടെ ഓർത്തു.

"കറുപ്പാണ്ടിയേ നീ ഇവിടെ കിടക്കുകയാണോ"- ശബ്ദം മധുവിനെ ഓർമകളിൽ നിന്ന് ഉണർത്തി. കേരളോത്സവത്തിന്റെ കമ്മറ്റിക്കാരൻ രാജേട്ടനാണ്. "സമ്മാന ദാനമൊക്കെ കഴിഞ്ഞു. നിനക്ക് ട്രോഫി തന്നിട്ടെവിടെ കൊണ്ടുപോയി വെക്കാനാ? പെണ്ണമ്മയുടെ പൊളിഞ്ഞ പുരയിൽ കൊണ്ടുപോയി വെച്ചിട്ട് ആര് കാണാനാ?" ഞങ്ങളത് സെക്കന്റ് കിട്ടിയ ആൽബർട്ടിന് കൊടുത്തു. നമ്മുടെ ശരണ്യ സിൽക്കിലെ ജോസേട്ടന്റെ മോനാണേ... രൂപായേൽ പതിനായിരമാ പരിപാടിക്ക് സ്പോൺസർ ചെയ്തത്.. അതേല്യം തിരിച്ച് കൊടുക്കാൻ പറ്റണ്ടേ?"

എന്നും ജിമ്മിൽ പോയി ശരീരം പുഷ്ടിപ്പെടുത്തുന്ന വെളുത്ത ശരീരമുള്ള സ്വർണതലമുടിക്കാരൻ ആൽബർട്ടിനെ മധു ഓർത്തു. "ദ്ഹാ... നിനക്ക് ഒന്നും തന്നില്ലെന്ന് വേണ്ട നാളെ എടുക്കുന്ന 5 കോടിയുടെ ടിക്കറ്റാണ്.. ഇത് വെച്ചോ... പരിഹാസച്ചുവയുമായി രാജേട്ടൻ അവന്റെ ദേഹത്തേക്ക് ഒരു ടിക്കറ്റിട്ട് തിരിഞ്ഞു നടന്നു...

ചങ്ങര മൂപ്പന്റെ ചായക്കടയിൽ നിശബ്ദത... കറുപ്പാണ്ടിയുടെ ഇരിപ്പിടമായ വീപ്പ ഒഴിഞ്ഞ് കിടക്കുന്നു. അലക്ഷ്യമായി കിടന്ന വർത്തമാന പത്രത്തിൽ 2 കോളം വാർത്ത - "അനാഥ യുവാവിന് 5 കോടിയുടെ....."

ചായക്കടയുടെ മുമ്പിൽ കൂടി അശോകൻ കോൺട്രാക്ടറുടെ കാറോടിച്ച് മധു കടന്ന് പോയി. പിൻ സീറ്റിലായിരുന്ന പാർവതിക്കട്ടിയുടെ ഇരിപ്പിടം മുമ്പിലേക്ക് മാറിയിരിക്കുന്നു. മുളവൻ കാട് ഗ്രാമത്തിന്റെ നിറ സങ്കല്പങ്ങളിലേക്ക്, കുടുംബ പാരമ്പര്യങ്ങളിലേക്ക് തഴകി വന്ന കാറ്റിന് കറൻസിയുടെ ഗന്ധമായിരുന്നു. നിറം മാറുകയാണ് പലരുടെയും. ചില ചിന്തകളിലേക്ക് കറുപ്പ് പടരുന്നു. മറ്റ് ചില ജീവിതങ്ങളിലേക്ക് വെളുപ്പം. എവിടെയോ ഒരു മുറുക്കാൻ ഇപ്പൽ മാത്രം നിറം മാറാതെ... കൂടുതൽ ചുവന്നിരുന്നു..

കലികാലം

കാലം മാറിപ്പോയി. എല്ലാവരും പറഞ്ഞു. കാലത്തിനും സംശയമായി. തിരഞ്ഞിറങ്ങി. ജനനം മുതൽ തുടങ്ങാം...

രംഗം ഒന്ന്

കുഞ്ഞിന്റെ കരച്ചിൽ... മയങ്ങുന്ന അമ്മ... ചിതറിക്കിടക്കുന്ന കത്രി കകൾ. പഞ്ഞികൾ, ഡിസിഷൻ ബോക്സ് ആയി മാറിയ ഡിസെക്ഷൻ ബോക്സ്.. നല്ല മുഹൂർത്തത്തിൽ, നല്ല നാളിൽ, ജനിച്ച അല്ല ജനിപ്പിച്ച കുഞ്ഞ്.. വേദനയില്ലാത്ത ജനനം...

രംഗം 2

ടീച്ചർ കുട്ടികളോട് "ചപ്പചവറുകൾ വൃത്തിയാക്കുന്ന പക്ഷിയാണ് കാക്ക "

കാലത്തിന് സന്തോഷമായി. കാക്ക ഇപ്പോഴും......? കാലം തിരഞ്ഞു.. കാക്കയെ കണ്ടില്ല. പകരം പുതിയ ജീവിയെ കണ്ടെത്തി.... ട്രാക്ടർ

രംഗം 3

ഹൈസ്കൂളിലേക്ക്... ആൺകുട്ടികളും പെൺകുട്ടികളും ആകെ മാറി യിരിക്കുന്നു. രണ്ടും ഒരേ വേഷധാരികൾ. സമത്വത്തിന്റെയും ഷെയർ ചെയ്യുന്നതിന്റെയും ലക്ഷണമാവാം... കാലത്തിന് സന്തോഷം. തിര ഞ്ഞപ്പോൾ ഷെയർ ചെയ്യുന്നത് കാണാൻ പാടില്ലാത്ത പലതും..... ഉച്ചഭക്ഷണത്തിന് അരികിലിരുന്ന് ആൺകുട്ടികൾ ഷെയർ ചെയ്യുന്ന.. ഉച്ചഭക്ഷണമല്ല... യൂട്യൂബിലെ എരിവേറിയ ദൃശ്യങ്ങളും...

പുതിയ ലഹരിമിഠായികളും...

രംഗം നാല്

കോളേജിലേക്ക്......

പ്രതീക്ഷയോടെ കാലം ചെന്ന് കയറി. പ്രണയത്തിന്റെ ച്ചട്ടം ച്ചുരം തിരഞ്ഞു.. പ്രാണേശ്വരനമുമ്പിൽ വിതുമ്പുന്ന നായിക..... പരിഭവവും പിണക്കവും പ്രണയത്തിന്റെ സന്തതസഹചാരികൾ ആണല്ലോ....

കാലം കാത്തുനിന്നു... നായകൻ മറഞ്ഞപ്പോൾ നായിക കൂട്ടുകാരി യോട് "എന്റെ പെർഫോമൻസ് എങ്ങനെയുണ്ട് "

കത്തുന്ന രാഷ്ട്രീയക്കാരില്ലാത്ത ക്യാമ്പസ്.... രാഷ്ട്രീയം തൊപ്പിയിട്ട വനിലേക്കും കുറിയിട്ടവനിലേക്കും... കുരിശ്ശമാലയിലേക്കും ചുരുങ്ങിയി രിക്കുന്നു...

മഞ്ജുഭാഷിണികൾ "മഞ്ച് ഭാഷിണികൾ ആയി മാറിയിരിക്കുന്നു...

രംഗം 5

ജീവിതത്തിന്റെ പച്ചയായ ആവിഷ്ക്കാരമായ കുടുംബത്തിലേക്ക്......

"അച്ഛനും അമ്മയും എവിടെ '? "

വൃദ്ധസദനത്തിൽ....... കൂടുതൽ ചോദിച്ചില്ല പറഞ്ഞുതന്നയാൾക്ക് നാവു വഴങ്ങുന്നില്ല. തൊണ്ടപൊള്ളി ഇറങ്ങിയ ദാഹജലം നാവിനെ ബാധിച്ചിരിക്കുന്നു....

രംഗം 6

ശ്മശാനത്തിലേക്ക്.... പൂജകളില്ല....ദ്രവ്യങ്ങൾ ഇല്ല... മന്ത്രജപങ്ങളില്ല

പുരോഹിതരില്ല...

ഒരു സെല്ല്...ഇറക്കി കെടുത്തി....... ഒരു ബട്ടൺ

എരിഞ്ഞുതീരുന്ന,

കരയാൻ ആരുമില്ലാതെ മൃതശരീരങ്ങൾ....

എരിഞ്ഞൊടുക്കാൻ കരാർ എടുത്ത പണിക്കാരൻ മാത്രം സാക്ഷിയായി.... ചിതയിലേക്ക്......

കാലത്തിന് കലിവന്നു. സംഹാരത്തിനായി ഇറങ്ങിറങ്ങി.... തെന്നി വീണു.... പഴയ കഥകളിൽ ചവിട്ടി വീണ പഴത്തൊലിയിലല്ല...

പഴയില്ലാത്ത, വനമില്ലാത്ത പുതിയ ലോകത്തിന്റെ അലങ്കാരമായി കിടക്കുന്ന പ്ലാസ്റ്റിക് മാലിന്യത്തിലേക്ക്........

ദിനേശൻ ഉണർക്കുമുണർന്നു...

കയ്യിൽ നിന്നും വായിച്ചു കൊണ്ടിരുന്ന പുസ്തകം താഴെ വീണു അവൻ ചിന്തിച്ചു...

അല്ലെങ്കിലും ദിനേശന് ആരാണ് കാലമെന്ന് പേരിട്ടത്?

ദിനേശന്റെ പുസ്തക അലമാരയിലിരുന്ന് സിഗ്മണ്ട് ഫ്രോയിഡ് പറഞ്ഞു

"മനുഷ്യ മനസിൽ ദമനം ചെയ്തു കിടക്കുന്ന വിചാര വികാരങ്ങളുടെ ബഹിർസ്ഫുരണങ്ങളാണ് സ്വപ്നങ്ങൾ..."

അവസ്ഥാന്തരം

കരുവാൻ തോടിലേക്കുള്ള ബസിന്റെ വേഗത ഒരു മൂറി അട്ടയെ ഓർമിപ്പിച്ചു. ബസിലിരുന്ന് രഘു ചുറ്റും നോക്കി. യാത്രക്കാർ ഏറെയില്ല.. പതിനേഴ് വർഷങ്ങൾക്ക് ശേഷമാണ് ഈ യാത്ര എന്നത് കൊണ്ടാവാം അയാൾ എന്തിനെയും പുതുമയോടെ നോക്കി കണ്ടു. നാല് സീറ്റിന് മുമ്പിലിരുന്ന ഒരു ചെറുപ്പക്കാരൻ എഴുന്നേറ്റ് രഘുവിന്റെ അടുത്ത സീറ്റിലിരിക്കുമ്പോൾ ഉണ്ടായ മദ്യത്തിന്റെ ഗന്ധം രഘുവിനെ അസ്വസ്ഥനാക്കി. അച്ഛന്റെ പഴയ ഗന്ധമായി അയാൾക്കത് തോന്നി. വെട്ടി ഒതുക്കാത്ത താടിയും മീശയുമുള്ള ചെറുപ്പക്കാരൻ ചോദിച്ചു "രഘുവല്ലേ?"

"അതെ എന്നെ അറിയുമോ?"

ചെറുപ്പക്കാരൻ ചിരിച്ചു. മുന്നിലുള്ള പൊട്ടിയ പല്ലിൽ പാൻ മസാലകളുടെ കറ. അതിനിടയിൽ കൂടി പുറത്ത് വന്ന ചിരി യുടെ വന്യത അയാളെ ഭയപ്പെടുത്തി." എടാ ഞാൻ ബിജു "ഈ പൊട്ടിയ പല്ല് ഓർമ്മയില്ലേ?" അയാൾ വീണ്ടും അരസികമായി ചിരിച്ചു. രഘുവിന്റെ കൈ പെട്ടെന്ന് കണ്ണിന് താഴേക്ക് നീണ്ടു. ഒരു വരമ്പ് പോലെ അവിടെ ഉണ്ട്. പഴയ പേനാക്കത്തി പ്രയോഗത്തിന്റെ തിരുശേഷിപ്പ്. "നിന്റെ കണ്ണിന്റെ താഴെ പേനാക്കത്തിക്ക് കുത്തിയ അതേ ബിജുവാണെടാ ഞാൻ. പകരം നീ തന്ന സമ്മാനമല്ലേ ഈ പൊട്ടിയ പല്ല് "- അയാൾ വീണ്ടും പല്ലിളിച്ച് കാട്ടി. രഘുവിന്റെ കരങ്ങൾ അയാളുടെ തോളിലമർന്നു. മുഖത്ത് ഒരു പുഞ്ചിരിയും....

ബിജു വിശേഷങ്ങൾ പറഞ്ഞു കൊണ്ടേയിരുന്നു. ക്വട്ടേഷൻ പണി ആണെന്നും, കുയിൽ ബിജു എന്നാണ് അറിയപ്പെടുന്നതെന്നും അവൻ അഭിമാനത്തോടെ പറഞ്ഞപ്പോൾ രഘു അള്ളതപ്പെട്ടു. സാമൂഹ്യ വിരുദ്ധ രെന്ന് മുദ്രകുത്തപ്പെട്ടവരുടെ ആത്മ വിശ്വാസം സമൂഹത്തിലെ മാന്യത

 ഒറ്റമരത്തണലിൽ

നടിക്കുന്നവർക്കും നാടു ഭരിക്കുന്ന നേതാക്കന്മാർക്കും ഉണ്ടാകാത്ത തെന്തെന്ന് അയാൾ ചിന്തിച്ചു.ബിജ്ജുവിന്റെ ഫോണിലേക്ക് കോളകൾ വരാൻ തുടങ്ങിയപ്പോൾ അയാൾക്ക് ഓർമ്മകൾക്ക് നിറം കൊടുത്തു.

ഓർമ്മകളിലേക്ക് കരുവാൻതോട് ഹൈസ്ക്കൾ ഒഴുകി എത്തി. ഒരു മലവെള്ളപ്പാച്ചിലിലെന്ന പോലെ...

എട്ടാം ക്ലാസ് വരെ താൻ പഠിച്ച വളർന്ന നാട്. അന്നത്തെ ചിന്ത കൾക്ക് അച്ഛന്റെ മദ്യത്തിന്റെ മണവും, അമ്മയുടെ കണ്ണുനീരിന്റെ നനവുമാണ്. ഹൈസ്ക്കളിനടുത്തുള്ള മാവിൻ കൊമ്പിൽ ഒരു ദിവസം അച്ഛൻ തന്റെ വഴിവിട്ട ജീവിതം അവസാനിപ്പിച്ചു. മരിച്ചതാണെന്നോ, കൊന്നതാണെന്നോ ഇന്നും തനിക്കറിയില്ലെന്നത് തന്നിലെ പിറുപിറുപ്പ ഹത്തിന്റെ തെളിവായി നിൽക്കുന്നു. സ്ക്കളിലെ രാഷ്ട്രീയ സംഘട്ടനത്തിൽ ബിജ്ജു സമ്മാനിച്ച മുറിവ് ഇന്നിക്കെട്ടി കിടക്കുമ്പോഴാണ് അച്ഛൻ മരിക്ക ന്നത്. അമ്മയുടെ വാതിലിൽ മുട്ട് തുടർന്നപ്പോഴാണ് ഒരു നാൾ കിട്ടിയ വിലയ്ക്ക് സ്ഥലം വിറ്റ് അമ്മയുടെ അമ്മാവന്റെ നാട്ടിലേക്ക് എന്നെയും കൂട്ടി സ്ഥലം വിട്ടത്.

ഇന്ന് അതേ കരുവാൻതോട് പഞ്ചായത്തിലേക്ക്... ഒരു ഉദ്യോഗ സ്ഥനായി തിരിച്ച വരുന്നു. ഓർത്ത് വെക്കാൻ സങ്കടങ്ങൾ മാത്രമുള്ള നാട്ടിലേക്ക്....

വിശപ്പിന്റെ വിളികൾക്ക് ഉത്തരം നൽകിയ സ്ക്കളിലെ കഞ്ഞിയമ്മ യായ നാണിത്തള്ള, കടയിൽ വൈകുന്നേരം ബാക്കി വരുന്നസുഖിയ ന്റെ പൊട്ടുകൾ നൽകുന്ന കുഞ്ഞു മുഹമ്മദ്, മാങ്ങയും, ചക്കയും പറിച്ച് കൊടുത്താൽ മാത്രം ദാനശീലയാകുന്ന നന്ദിനി... അങ്ങനെ കുറച്ച് മുഖങ്ങൾ മാത്രം...

"കരുവാൻ തോട് - ഇറങ്ങേണ്ടവർ ഇറങ്ങൂ"

കണ്ടക്ടറുടെ ശബ്ദം രഘുവിനെ ഉണർത്തി.

ബിജ്ജുവിനെ ഒരു കാർ കാത്ത് കിടപ്പുണ്ടായിരുന്നു. ഒരു യാത്ര പോലും പറയാതെ ഇന്നത്തെ ഇരയെ തേടി അവൻ ആ കാറിൽ കയറി മറഞ്ഞു.കരുവാൻ തോടാകെ മാറിയിരിക്കുന്നു. ഒരു മികച്ച പട്ടണത്തി ന്റെ വേഷ ഭൂഷാദികളിൽ നവവരനെ പോലെ മിന്നങ്ങിയിരിക്കുന്നു. ഒരു അസ്ഥികൂടം പോലെ കുഞ്ഞു മുഹമ്മദിന്റെ ചായക്കട.. അവിടെ ഉണ്ട്. രഘുവിനെ കാലുകൾ അവിടേക്ക് നയിച്ചു. അരയിൽ ബെൽറ്റി ട്ട്.... തലയിൽ ചെറിയ ഓട്ടകൾ ഉള്ള തൊപ്പിയിട്ട കുഞ്ഞുമുഹമ്മദിനെ ഒരു നിമിഷം മനസിലോർത്തു. കുഞ്ഞുമുഹമ്മദിന്റെ ദോശയുടെ തുളകൾ പോലെയായിരുന്ന തലയിലെ തൊപ്പിയുടെയും തുളകൾ.. രഘുവിനെ

എതിരേറ്റത് കവിളൊട്ടിയ എല്ലുന്തിയ രൂപം. 'ഉണങ്ങിയ തൊണ്ടിനെ ഓർമിപ്പിക്കുന്ന മുഖം. ഒരു കാലത്ത് തന്നെ ഭ്രമിപ്പിച്ചിരുന്ന പലഹാര ത്തിന്റെ കണ്ണാടി അലമാരക്ക് ഇന്നും മാറ്റമില്ല. സുഖിയനകൾ അതിൽ വിശ്രമിക്കുന്നു.

"കുഞ്ഞഹമ്മദ് കാക്കാക്ക് എന്നെ മനസിലായോ?"

"കണ്ണ് തിരീണില്ല്യ കുട്ട്യേ..." ദൈന്യതയാർന്ന മറുപടി

"ഞാൻ രഘു... ഇങ്ങിമരിച്ച വേലായുധന്റെ..... രഘു പരിചയപ്പെട്ടത്തി.

ഒരു അപകടത്തിൽ പെട്ട് ഭാര്യയും മക്കളും നഷ്ടമായ കുഞ്ഞുമു ഹമ്മദിന്റെ കഥ രഘുവും നിസംഗതയോടെ കേട്ടു.അനാഥത്വത്തിന്റെ കൊട്ടമുടി കയറുന്നവന് നിസംഗതയാണ് അടയാളം. "ചിക്കൻ റോളും, പഫ്സുമൊക്കെ വന്നതിൽ പിന്നെ ഈ സുഖിയനൊന്നും ആർക്കും വേണ്ട കുട്ട്യേ"- ചില്ലലമാര ചൂണ്ടി കുഞ്ഞു മുഹമ്മദ് പറഞ്ഞു. ആറ്റ രൂപയും തന്റെ ഫോൺ നമ്പർ എഴുതിയ ഒരു ഇണ്ട് പേപ്പറും കയ്യിൽ തിരുകി കൊട്ട ത്തിട്ട് രഘു പറഞ്ഞു. "വൈകിട്ട് എന്നും ഈ നമ്പറിൽ വിളിക്കണം, ബാക്കി വരുന്ന സുഖിയൻ ഞാൻ കാശ് തന്ന് വാങ്ങിക്കോളാം." കണ്ണു നിറഞ്ഞ് കുഞ്ഞു മുഹമ്മദ് പീടികയിലെ ഭിത്തിയിൽ എഴുതി "ര കു" - 94....

തിരുത്താൻ പോയില്ല

"കു" ആണ് ശരി. കുട്ടിത്തത്തിന്റെ, കുഞ്ഞുമുഹമ്മദിന്റെ, കുട്ടിക്കാല ത്തെ കുറുമ്പിന്റെ...കു.

അതൊന്നും മായാതിരിക്കട്ടെ... ജീവിത വിജയത്തിനായി..

പുറത്തിറങ്ങുമ്പോൾ കുഞ്ഞുമുഹമ്മദിനോട്ടുള്ള സ്നേഹവുമായി പൗരത്വ ബില്ലിന്റെ പ്രതിഷേധ റാലി കടന്ന് പോകുന്നുണ്ടായിരുന്നു.

ഇടമില്ലാത്ത ഒരാൾ

ശബരീശൻ സാർ നടക്കുകയാണ്. മധ്യാഹ്ന വെയിലിന്റെ കാർക്ക ശ്യത്തോട് നിസ്സഹകരണം പ്രഖ്യാപിച്ച് കൊണ്ട്. തലക്ക് മീതെ സൂര്യൻ എരിഞ്ഞു തീരുന്നുണ്ട്. ആർക്ക് വേണ്ടിയും കാത്ത് നിൽക്കാനി ല്ലാതെ. ശബരീശന്റെ തലയിൽ എവിടെയോ രൂപം കൊണ്ട വിയർപ്പ് തുള്ളികൾ നഗരത്തിലെ വാഹന വ്യൂഹത്തെപ്പോലെ ലക്ഷ്യസ്ഥാന ത്തെത്താൻ തിട്ടക്കം കൂട്ടി. തിട്ടക്കമില്ലാത്തവയെ പുറം കൈ കൊണ്ട് ഉടച്ച കളഞ്ഞ് ശബരീശൻ വേഗത കൂട്ടി.തോളിലെ തുണി സഞ്ചിയിൽ തപ്പി ഒരിക്കൽ കൂടി ഉറപ്പ് വരുത്തി. "അതവിടെ തന്നെയുണ്ട്"- അയാൾ മന്ത്രിച്ചു. സഹപ്രവർത്തകനായ സതീശൻ സാറിനുള്ള സമ്മാനം. "ചടങ്ങ് തീർന്നിട്ടുണ്ടാകുമോ ആവോ?" - മനസ് വേവലാതിപ്പെട്ടു

തോൾ സഞ്ചിയിൽ നിന്നൊരു കോമ്പസ് പുറം ലോകം കാണാൻ വെമ്പി നിന്നിരുന്നു. ശബരീശന്റെ ആത്മാവാണ് ആ സഞ്ചി. തന്റെ ബൗദ്ധിക വ്യായാമങ്ങളും, ചിന്തകളും, പ്രാരാബ്ധങ്ങളും കടലാസു കഷ്ണങ്ങളായി ആ സഞ്ചിയിൽ കലപില കൂട്ടിക്കൊണ്ടേയിരുന്നു. തന്റെ ഇഷ്ട വിഷയമായ ഗണിതത്തിന്റെ പൊട്ടും പൊടിയും വരെ തോൾ സഞ്ചിയെ സമ്മദ്ധമാക്കിയിരുന്നു. നടത്തവേഗത്തിനനുസരിച്ച് സഞ്ചിയിൽ നിന്ന് തുളച്ച് പുറത്തേക്ക് വന്ന കോമ്പസ് വായുവിൽ വിവിധ കോണകൾ വരച്ചുകൊണ്ടേയിരുന്നു. നടത്തത്തിന്റെ വേഗത്തി നനുസരിച്ച് കോണകൾ മാറിമറിഞ്ഞു കൊണ്ടിരുന്നു. കോമ്പസിന്റെ മുനയിൽ നിന്ന് പെൻസിലേക്കുള്ള ദൂരം ആണ് മനുഷ്യബന്ധത്തിന്റെ ആണിക്കല്ല് എന്നാണ് ശബരീശന്റെ ഭാഷ്യം. ഒരുപാട് ദൂരം ആയാലും ഒത്തിരി അടുത്തായാലും വരക്കപ്പെടുന്ന വൃത്തത്തിന്റെ ഭംഗി നഷ്ടപ്പെടും. വ്യക്തതയും... സൗഹൃദങ്ങൾ അങ്ങനെയാണ്. ഒരുപാട് അകന്നാലും, അടുത്താലും നിലനിൽക്കുകയില്ല. ശബരീശന്റെ വൃത്തങ്ങൾ എല്ലാം

മിഴിവുള്ളതായിരുന്നു. വ്യക്തമായ നിർവചിക്കപ്പെട്ട സുന്ദര വൃത്തങ്ങൾ.

വൃത്തത്തിനുള്ളിൽ നിന്ന് ആരൊക്കെയോ കയറി വരുന്നുണ്ട് "മാഷ് ഭാഗ്യം ഉള്ളവനാണ്...എന്തെല്ലാം കഴിവാണ് ദൈവം തന്നത് "പറയുന്നത് സുനന്ദ ടീച്ചറാണ് കഴിവില്ലായ്മയാണ് എന്റെ കഴിവ് എന്ന ബോധവുമായി നടക്കുന്ന ടീച്ചറോട് ചിലപ്പോഴെങ്കിലും ദൈന്യത തോന്നിയിട്ടുണ്ട്.. ജീവിത പ്രാരാബ്ധങ്ങൾ ഇല്ലാത്ത, കർത്തവ്യങ്ങൾ ഏറ്റെടുത്ത് ചെയ്യാത്ത സുനന്ദ ടീച്ചറെ പോലെ ഒരാൾ ആയി മാറു ന്നതിനെ ഭീതിയോടെ നോക്കിയിട്ടുണ്ട്. നിലയ്ക്കാത്ത ആഗ്രഹത്തിന്റെ വക്താവായ സതീശൻ മാസ്റ്റർ ആയിരുന്ന ശബരീശന്റെ വൃത്തത്തിന്റെ കേന്ദ്ര ബിന്ദു. അദ്ദേഹത്തിന്റെ മുഖത്തിന് പിന്നിൽ ഒരു കൊടി കാണാം. മനുഷ്യ സ്നേഹത്തിനു വേണ്ടി നിർമ്മിക്കപ്പെട്ട ഒരു കൊടി. പറയുന്ന ആശയങ്ങളെ മാറ്റി പറയാൻ നിറംമാറ്റം പോലും ആവശ്യമില്ലാത്ത കൊടി.മീശ കടിച്ച ചിരിക്കാനുള്ള സതീശൻ മാസ്റ്ററുടെ ചിരിയിൽ സ്നേഹമോ, സഹതാപമോ പ്രകടമല്ലായിരുന്നു.ഒരു കൗശലക്കാരന്റെ ചിരിയായിരുന്നു അത്. പിന്നെ അയാൾ എങ്ങനെയാണ് തനിക്ക് സുഹൃ ത്തായത്? സാമ്പത്തികപരാധീനത പടികടന്ന് വരുമ്പോൾ പണമല്ല വലുത് എന്ന തന്റെ പ്രമാണത്തെ നോക്കി പച്ചനോട്ടുകൾ പല്ലിളിച്ച പ്പോൾ നഷ്ടമായിപ്പോയത് തന്റെ പ്രത്യയശാസ്ത്രവും സൗഹൃദത്തിന്റെ വൃത്ത പരിധിയുമാണ്.എന്നിട്ടും താനാ ബിന്ദുവിനെ സ്ഥാനം തെറ്റാതെ സൂക്ഷിച്ചു. അല്ലെങ്കിൽ തകർന്നടിയപ്പെട്ടുക തന്റെ കുടുംബവും, തന്റെ സൗഹൃദങ്ങളുമാണ് എന്ന ചിന്ത തന്നിലെ ഗണിത അധ്യാപകന്റെ മനസ്സിൽ വലയങ്ങൾ ആയി കിടന്നിരുന്നു.

"ഓരോരുത്തർ കാശുണ്ടാക്കുന്ന വഴികൾ... ഇവിടെ ഒരാള്"- മുഴുവ നാക്കാതെ കേട്ടത് തന്റെ വാമഭാഗത്തിന്റെ ശബ്ദമാണ്. വരച്ച വൃത്ത ങ്ങൾക്കിടയിലൂടെ എന്നും ഓടിക്കിതച്ച തളർന്ന തന്റെ ജീവിതത്തിന്റെ പകുതി. മനസ്സിലാക്കാതെ, മനസ്സിലാവാൻ കാത്തുനിൽക്കാതെ, പരാതിയുടെ വിഴുപ്പുമായി ഓടിത്തളർന്നവൾ. ചേർത്തുനിർത്തുമ്പോഴും പരിധി വിട്ടകലാൻ കൊതിച്ചവൾ...മനസ്സ് നിറയാതെ മിഴി നിറഞ്ഞു നിന്നവൾ... "സതീശൻ മാസ്റ്ററെ കണ്ടു പഠിക്ക്..."

കണ്ടു പഠിക്കല് അല്ല പഠനം എന്ന തന്റെ ആപ്തവാക്യത്തിനെ പുച്ഛ ത്തിന്റെ രസഗുളങ്ങളിൽ മുക്കി അവൾ പറഞ്ഞിരുന്നു. സ്റ്റാഫ് മുറിയുടെ മൂലയിൽ ഇരുന്നിരുന്ന ഇന്ദു ടീച്ചറിനാണ് തന്റെ കഴിവുകളെയും, കഴി വില്ലായ്മകളെയും വ്യക്തമായി നിർവചിക്കാൻ സാധിച്ചിരുന്നത്.കുസൃതി നിറഞ്ഞ കണ്ണുകളുമായി തന്നെ നോക്കിയിരുന്ന ആ കണ്ണുകളിൽ പ്രണയമായിരുന്നോ? തന്നോടുള്ള ആരാധനയോ?

   ഒറ്റമരത്തണലിൽ

പ്രാണനുള്ള കാലം പ്രണയമാകാം.. പ്രതീക്ഷകൾ ഇല്ലാതെ, പ്രലോ ഭനങ്ങൾ ഇല്ലാതെ, സ്നേഹിക്കുന്നതാണ് പ്രണയം. സ്വാർത്ഥ ലാഭങ്ങൾ ഇല്ലാത്ത മനസ്സിന്റെ നിർവൃതി മാത്രമാകുന്നതാണ് യഥാർത്ഥ പ്രണയം. ഇത് മനസ്സിലാക്കാനോ മനസ്സിലാക്കി കൊടുക്കാനോ ആർക്കും സാധി ക്കാറില്ലെന്നതാണ് സത്യമെന്ന് ശബരീശൻ വിശ്വസിച്ചിരുന്നു..

"ശബരിയേട്ടാ" ആരോ തേങ്ങുന്നു. "സുമംഗല" തന്റെ കളിക്കൂട്ട കാരി. ബാല്യത്തിന്റെ വിഹ്വലതകൾ മുഖത്ത് ഒളിപ്പിച്ച അവൾക്ക് ഇപ്പോഴും എട്ടു വയസേ ഉള്ളൂ. അവൾ ഇപ്പോൾ എവിടെയാണ്? അവൾ എന്തിനാണ് വിളിച്ചത്? അയാൾ അവളെ തിരിച്ച വിളിച്ചു. ശബ്ദം ഉയര നില്ല. പൂർത്തിയാക്കാതെ പോയ ഒരു ഗണിത പ്രശ്നം പോലെ അത് തൊണ്ടയിൽ ഒരുങ്ങിക്കിടന്നു.

"എന്താ മിനി കുട്ട്യേ.... ഇന്ന് ക്ലാസ്സില്ലേ?" - എതിരെ വന്ന കൗമാ രക്കാരിയോട് കുശലം ചോദിച്ചെങ്കിലും ഭയചകിതമായ മിഴികളോടെ അവൾ മറുപടി പറയാതെ അയാളെ കടന്ന് പോയി. ജില്ലാ മത്സര ത്തിൽ തന്റെ കയ്യിൽ ഉങ്ങി നടന്ന നാലാം ക്ലാസുകാരി മിനി. കാലം വരുത്തുന്ന മാറ്റങ്ങളിൽ ശിഷ്യഗണങ്ങളുടെ സ്നേഹവും നഷ്ടമാകുന്ന തിനെ പറ്റി അയാൾ വേദനയോടെ ഓർത്തു.

ഓർമകളുടെ വേലിയേറ്റത്തിലൂടെ നഗരത്തിലേക്കുള്ള ബസിൽ കയറി പറ്റി. തിരക്ക കുറഞ്ഞ ബസിലെ യാത്രക്കാർ പലരും തന്റെ നാലാം ക്ലാസിലെ വിദ്യാർത്ഥികളാണെന്നയാൾക്ക് തോന്നി. സനീഷ്, അനന്തു, നിത്യ... എന്തൊക്കെ ആയിരുന്ന പേരുകൾ? അയാൾ ഓർത്തെടുക്കാൻ ശ്രമിച്ചു. അയാൾ അവരോട് പരിചിത ഭാവത്തിൽ ചിരിച്ചു കൊണ്ട് പറഞ്ഞു "ടൗൺ ഹാൾ വരെ പോവാ... അധ്യാപക അവാർഡ് നമ്മുടെ സതീഷിനാണേ... അവിടെ വെച്ച് അവനൊരു സമ്മാനം കൊടുക്കണം" യാത്രക്കാർ നിർവ്വികാരതയോടെ ഇരുന്നു.

നഗരത്തിന്റെ ശബ്ദ സാഗരത്തിലേക്ക് ബസിറങ്ങി നടക്കവേ അയാളുടെ തലച്ചോറിൽ ചില വൃത്തങ്ങൾ രൂപപ്പെട്ടു. അതിൽ തെളിയുന്ന മുഖങ്ങൾക്ക് പുച്ഛമോ, പരിഹാസമോ, ദൈന്യതയോ?- അയാൾക്ക് മനസിലായില്ല. ഒരു ബിന്ദുവിൽ നിന്ന് മറ്റൊരു ബിന്ദുവിലേ ക്ക് വരക്കുന്ന വരകൾ പോലെ ആരൊക്കെയോ അങ്ങോട്ടുമിങ്ങോട്ടും ഓട്ടുന്നു. തലക്കുള്ളിൽ തേനീച്ചകളുടെ ഇരമ്പൽ... അവയുടെ പറക്കലിന് 8 എന്ന അക്കത്തിന്റെ ആകൃതി ആണെന്ന് ഞാൻ ക്ലാസെടുത്തിരുന്ന ല്ലോ... അയാൾ ചിന്തിച്ചു.

"ശബരി സാറേ..." തിരക്കിന്റെ വന്യതയിൽ നിന്നുമൊരു വിളി.

നട്ടുറോഡിലെ വാഹനങ്ങളുടെ തിരക്കിൽ പെട്ട് നിൽക്കുന്ന സ്കൂൾ ബാഗുമായി ഒരു പെൺകുട്ടി. "നാല് എ യിലെ ഗൗരി അല്ലേ അത്... അവളെങ്ങനെ റോഡ് മുറിച്ച് കടക്കും?"

അയാളുടെ മനസ്സിലെ ഭീതി കാലുകളിലേക്ക് വ്യാപരിച്ച നിമിഷം അയാൾ ഗൗരിക്ക് നേരെ ഓടിയടുത്തു. കറുത്ത റോഡിലേക്ക് പരന്നൊഴുകിയ ശബരീശന്റെ രക്തം ഏതോ ഗണിത രൂപത്തെ ഓർമിപ്പിച്ചു..

"നമ്മുടെ ശബരി സാറല്ലേ ഇത്? ഗൗരി എന്ന സ്കൂൾ കുട്ടിയെ പീഡിപ്പിച്ചെന്ന് പറഞ്ഞ് ചെയ്യാത്ത കുറ്റത്തിന് പോക്സോ കേസിൽ പെട്ട് ഈയിടെ ജയിലിൽ നിന്നിറങ്ങിയതേ ഉള്ളൂ... ഇപ്പോ..സമനില തെറ്റിയത് പോലെയാ പെരുമാറ്റം. ആരെ കണ്ടാലും ശിഷ്യരാണെന്ന് തോന്നുമത്രേ... അതു കൊണ്ടെന്തോ ഇയാൾക്ക് കിട്ടേണ്ട അവാർഡ് ആ സതീശൻ മാഷിന് കിട്ടി. ഇയാളെ കേസിൽ പെടുത്തിയത് അയാളാണെന്നും പറഞ്ഞ് കേൾക്കുന്നുണ്ട്- അവാർഡ് അടിച്ചെടുക്കാൻ... കൊടി മാറി പിടിച്ചിരുന്നെങ്കിൽ, കേസിലൊന്നും പെടാതെ ആ അവാർഡ് ഇയാൾക്ക് കിട്ടിയേനെ." കണ്ടുനിന്ന ശബരീശന്റെ നാട്ടുകാരിൽ ഒരാൾ പറഞ്ഞുകൊണ്ടേയിരുന്നു. പറഞ്ഞത് ആരെന്ന് നോക്കാൻ ശബരീശന് കഴിയുമായിരുന്നില്ല ശബരീശന് വേണ്ടി ഒരു കൊടി ഒരുങ്ങുകയായിരുന്ന നന്മയുടെയും, തിന്മയുടെയും മുകളിലൂടെ സമഭാവത്തിൽ ഉയർത്തിപ്പിടിക്കുന്ന ഒരു കൊടി. കണക്കുകൂട്ടലുകൾ ഇല്ലാത്ത കാല്പനികതയുടെ ഭാവങ്ങൾ ഇല്ലാത്ത ലോകത്തിലേക്ക് കൂട്ടിക്കൊണ്ടുപോകാൻ അവസാനമായി എത്തുന്ന കൊടിക്ക് അളവ് തിട്ടപ്പെടുത്താൻ ശബരീശന് കഴിയുമായിരുന്നില്ല.

ശബരീശന്റെ കോമ്പസ് തന്റെ ജോലി നിർത്തി മറ്റൊരു ശബരീശനെ തേടുക ആയിരുന്നു.

സമ്മാനം

പകലിനോട് പിണങ്ങി സൂര്യൻ പടിഞ്ഞാറേക്കരയിൽ നിദ്ര‌‍യ്ക്കായി തയ്യാറെടുക്കുകയാണ്. ആകാശത്ത് ചുവന്ന കുറേ പൊട്ടുകൾ മാത്രം ബാക്കിയായി. നഗരത്തിന്റെ പ്രതാപം പുതിയ വെളിച്ചങ്ങളിലേക്ക് കടന്നു തുടങ്ങി. ജയേഷ് കല്യാണമണ്ഡപത്തിലേക്കുള്ള യാത്രയിൽ കാറിൽ അടുത്തിരിക്കുന്ന അമ്മയെ ഒന്ന് ചെരിഞ്ഞു നോക്കി. വാർ ദ്ധക്യത്തിന്റെ വെള്ളിച്ചുരളകൾ മുടിയിഴകളിൽ തെളിഞ്ഞു കാണാം. എതിരെ കടന്നുപോയ വാഹനത്തിന്റെ വെളിച്ചം അമ്മയുടെ മുഖത്തെ ഒന്നുകൂടി വ്യക്തമാക്കി." അമ്മ എന്താ ആലോചിക്കുന്നത് "? അവൻ ചോദിച്ചു." നാളെ നിന്റെ വിവാഹമല്ലേ? ഒരമ്മയ്ക്ക് എന്തൊക്കെ ആലോ ചിക്കാൻ ഉണ്ടാകും? കഴിഞ്ഞുപോയ നാളുകളെ... അച്ഛനെ.... അങ്ങനെ എന്തെല്ലാം? "ജയേഷ് ഒന്നും മിണ്ടിയില്ല. തന്റെ തിരക്കുകൾക്കിടയിൽ താൻ ഇതൊന്നും ആലോചിക്കാറില്ലല്ലോ എന്നവൻ വ്യസനത്തോടെ ഓർത്തു. മീനാക്ഷിയുടെയും സഹദേവന്റെയും ഏക മകനാണ് ജയേഷ്. നഗരത്തിലെ പ്രമുഖ ബാങ്കിന്റെ മാനേജരും. ബാങ്കിലെ സഹപ്രവർത്ത കയായ ശാലിനിയാണ് ജയേഷ്ന്റെ പ്രതിശ്രുത വധു പരസ്പരം സ്നേഹിച്ച് വിവാഹത്തിലെത്തി നിൽക്കുന്ന പ്രണയം.

"ഹലോ ജയേഷ് നീ എവിടെയാ?" കാറിന്റെ മോണിറ്ററിൽ നിന്ന് ശാലിനിയുടെ സ്വരം. "ഞാൻ നാളത്തേക്കുള്ള ഒരുക്കങ്ങൾ നോക്കാൻ മണ്ഡപത്തിലേക്ക് പോവുകയാണ്. അമ്മയുണ്ട് കൂടെ."

"ഓക്കേ ഡാ... പാർലറിലൊക്കെ പോയില്ലേ? നാളെ ഒരുങ്ങി വരണേ... എന്നെ പറയിപ്പിക്കരുത്... ബൈ"- ഒരു ചിരി...ഫോൺ കട്ടായി. പുതിയ പ്രണയങ്ങൾ ആശയങ്ങളാൽ എത്രമാത്രം ശുഷ്കമാണ് എന്ന് മീനാക്ഷി അത്ഭുതപ്പെട്ടു.

കാർ ഓഡിറ്റോറിയത്തിലെത്തി.. പഴമയുടെ പുരാണങ്ങളെ തച്ച തകർത്ത് പുതുമയുടെ മോടികൾ വിവാഹത്തെ നഗരക്കമ്പോളത്തിന്റെ

വന്യതയിലേക്ക് കൂടുമാറ്റിയതിന്റെ ബിംബങ്ങളെല്ലാം ദൃശ്യമായ ഓഡി റ്റോറിയം. വിവിധ വൈദ്യുതാലങ്കാരങ്ങളാൽ സമൃദ്ധമായ പ്രവേശന കവാടവും മുറ്റവും.... കതിർ മണ്ഡപത്തിൽ വിവിധ പുഷ്പങ്ങളുടെ കമനീയാ ലങ്കാരങ്ങൾ...മീനാക്ഷിയമ്മയുടെ മനസ് സ്വന്തം വിവാഹ സൂദിനത്തെ തിരഞ്ഞ് നടക്കുവാൻ തുടങ്ങി..

മഴ പെയ്തതിന് പുറമെ മലയും പെയ്ത ഒരു കർക്കിടക രാത്രിയിൽ തനിക്ക് നഷ്ടപ്പെട്ട അച്ഛനും അമ്മയും അനുജനും.. അന്ന് പ്രകൃതി മീനാക്ഷിയെ മാത്രം മരണമുഖത്ത് നിന്ന് രക്ഷപ്പെടുത്തി. മണ്ണിൽ കുഴഞ്ഞ് അവശയായ അവളെ ആശുപത്രിയിൽ നിന്ന് കൂട്ടിക്കൊണ്ട് പോകാൻ അകന്ന ബന്ധുവായ ഒരു അമ്മാവൻ മാത്രമാണ് ഉണ്ടായി രുന്നത്.. തുടർന്നുള്ള നാളുകളിൽ അമ്മാവനിൽ നിന്ന് എൽക്കേണ്ടി വന്ന കടുത്ത ആക്ഷേപങ്ങൾ...പീഡനങ്ങൾ... എല്ലാം ഓരോന്നായി മനസിലേക്കെത്തി. അയൽപക്കത്തെ വീട്ടിലെ കഠിനാധ്വാനിയായ സഹദേവൻ ഒരിക്കൽ ജീവിതത്തിലേക്ക് ക്ഷണിച്ചതും.. ഒരു രാത്രിയുടെ ഇരുളിന്റെ പട്ട പുതച്ച് ആ ഗ്രാമം വിട്ട് പോന്നതും... പല ഇടങ്ങളിൽ വിവിധ ജോലികൾ ചെയ്ത് ഒരു ജീവിതം കെട്ടിപ്പടുത്തതും എല്ലാം ഒരു കൈയെത്തും ദൂരത്തുള്ളത് പോലെ മീനാക്ഷിയമ്മക്ക് തോന്നി. ദേവേട്ടന്റെ കഠിനാധ്വാനവും, കൃഷിയോട്ടുള്ള താത്പര്യവും ആണ് തന്റെയും മകന്റെയും ഇന്നത്തെ സുരക്ഷിതത്വത്തിന് കാരണമെന്നത് നാട്ടുകാർ തന്നെ പറയാറുണ്ട്.. തന്നെ ഈ നിലയിലാക്കിയ അതേ കൃഷിസ്ഥലത്ത് വെച്ചാണ് മീനാക്ഷി യോടൊപ്പം നിൽക്കുമ്പോൾ സഹദേവൻ ഹൃദയാഘാതം വന്ന് മരിച്ചതും മീനാക്ഷിയുടെ മടിയിൽ കിടന്ന് അവസാന ശ്വാസം വലിച്ച് മരിക്കാനുള്ള ഭാഗ്യവും സഹദേവന് കിട്ടി...

മകനെ പഠിപ്പിച്ച് നല്ല നിലയിലാക്കണമെന്നതായിരുന്നു ഇരുവര ടെയും മോഹം. പഠിത്തത്തിൽ മിടുക്കനായ ജയേഷിന്

ബാങ്കിലെ ജോലി ലഭിച്ച അന്ന് ദേവേട്ടൻ തന്നെ കെട്ടിപ്പിടിച്ച് കരഞ്ഞതെന്തിനായിരുന്നു എന്ന് ചോദിക്കാനേ തോന്നിയിട്ടില്ല.... ആ കണ്ണനീരില്ുണ്ടായിരുന്ന ഒരു ജന്മത്തിന്റെ കഷ്ടപ്പാടുകളുടെ വിവശത കളും, ത്യാഗങ്ങളും എല്ലാം. കൃഷിയിൽ തല്പരനല്ലാത്ത ജയേഷിനെ താൻ ചീത്ത പറയാറുണ്ട്...

"അവന് ശീലമില്ലാത്ത തൊന്നും അവനെ നിർബന്ധിക്കണ്ട മീന്ു.... ആവശ്യമാണ് കൃഷി... നമ്മുടെ ജീവിതത്തിന്റെ വിളക്കമാണ്... അന്യന്റെ നിലങ്ങളിൽ കൂടി കൃഷിയിറക്കി നേടിയതാ നമ്മുടെ ഈ

ഭാഗ്യങ്ങളൊക്കെ... എന്നാലും പുതിയ കുട്ട്യോൾക്ക് നമ്മളെ പ്പോലെ സഹനം ഉണ്ടാവണമെന്നില്ല... കാലം മാറുകയല്ലേ... അവന് ജീവിക്കാ നുള്ളത് അവൻ സമ്പാദിക്കുന്നുണ്ടല്ലോ... നമ്മളെ പ്പോലെ അവരും നരകിച്ച് ജീവിതം കഴിക്കേണ്ടല്ലോ..."

സഹദേവൻ ജയേഷിന്റെ ഇഷ്ടങ്ങളോടൊത്ത് നിൽക്കാൻ തയ്യാറായിരുന്നു. അത് കൊണ്ട് തന്നെയാണ് സഹപ്രവർത്തകയായ ശാലിനിയെ വിവാഹം കഴിക്കണമെന്ന ആവശ്യത്തോട് ഒരു എതിരും പറയാഞ്ഞതും.. അല്ലെങ്കിൽ തന്നെ ഒരു രാത്രിയുടെ മറവിൽ സ്വന്തം നാട്ടപേക്ഷിച്ച വിവാഹ ജീവിതം തുടങ്ങിയ നമ്മൾക്കെന്ത് യോഗ്യത യാണ് പ്രണയത്തിന് എതിരു നിൽക്കാൻ? - എന്ന ചിന്ത മീനാക്ഷിയെ യും അനുകൂലമായി നിൽക്കാൻ പ്രേരിപ്പിച്ചു. ശാലിനിയുടെ ചേച്ചിയുടെ വിവാഹം നടക്കാത്തതിന്റെ പേരിൽ ജയേഷിന് സ്വന്തം വിവാഹം നീട്ടി വെക്കേണ്ടി വന്നു

"പോകാം അമ്മേ... കാര്യങ്ങൾ എല്ലാം ഓകെ ആണ്.. വീട്ടിൽ കൂട്ടുകാർ കാത്ത് നിൽക്കുന്നുണ്ടാകും.."

ജയേഷ് പറഞ്ഞത് കേട്ട് മീനാക്ഷിയമ്മ കാറിനരുകിലേക്ക് നടന്നു.

വീട്ടിലെത്തുമ്പോൾ ബാങ്കിന്റെ പ്രതിനിധികൾ, പഴയ സഹപാ ഠികൾ എന്നിവർ കാത്തു നിന്നിരുന്നു. പണത്തിന്റെ ആർഭാടമറി യിക്കാൻ ആഡംബര വാഹനങ്ങളിൽ വന്നവർ ആട്ടവും പാട്ടുമായി രാവേറെ നിന്നു.സമ്മാനങ്ങൾ പലതും മുറിയിൽ കുമിഞ്ഞു കൂടി.

ഒടുവിൽ കിടക്കറയിലേക്ക് ജയേഷ് നടക്കവേ... അമ്മയോട് ജയേഷ് ചോദിച്ചു... "എന്താ അമ്മേ...അമ്മയുടെ വക എനിക്ക് സമ്മാനം?"

മീനാക്ഷി പുഞ്ചിരിച്ചു. "നിനക്ക് തരാൻ അമ്മ പണ്ടേ ഒരു സമ്മാനം കാത്തു വെച്ചിട്ടുണ്ട്.. വരൂ..."

അവർ മുറിയിലേക്ക് നടന്നു... മുറിയിലെ അലമാരയിലെ പഴയ ഒരു ട്രങ്ക് പെട്ടി മീനാക്ഷി എടുത്തു. അച്ഛൻ മരിച്ച ശേഷം അമ്മ ആ പെട്ടി പലപ്പോഴും തുറന്ന് നോക്കുന്നത് ജയേഷ് കണ്ടിരുന്നു. ജയേഷിന് കൗതുകമേറി... ട്രങ്കിന്റെ ഏറ്റവും അടിയിൽ നിന്നും മീനാക്ഷി ഒരു കടലാസ് കഷ്ണം എടുത്ത് ജയേഷിന് കൊടുത്തു..

ജയേഷ് ധൃതിയിൽ അത് തുറന്നു...

ഒരു പാട് തവണ തുറക്കുകയും അടച്ച വെക്കുകയും ചെയ്തതിനാൽ മടക്കുകളിൽ കൂടി മുറിഞ്ഞ് തുടങ്ങിയ മുഷിഞ്ഞ വെള്ള പേപ്പറിൽ മങ്ങിയ കറുത്ത കുറച്ച് അക്ഷരങ്ങൾ....

"മീന... എന്റെ പട്ടിണിയില്ലും സന്തോഷങ്ങളില്ലും വീഴ്ചയില്ലും ഉയർച്ച
യില്ലും നിഴലായ് നിൽക്കാൻ നിനക്കാകുകമെങ്കിൽ ഇന്ന് രാത്രി പന്ത്രണ്ട്
കഴിയുമ്പോൾ നീരേറ്റമലയുടെ അടിവാരത്ത് നീ വരിക... നമ്മുക്കൊരു
മിച്ച് ജീവിക്കാം... വാശ്ശാനങ്ങളൊന്നുമില്ല.."

അമ്മയുടെ കണ്ണ് നിറഞ്ഞിരുന്നു. ജയേഷിന്റെ മനസിൽ അച്ഛന്റെ
രൂപവും ജീവിതവും മിന്നി മറഞ്ഞു..

തന്റെ സമ്പാദ്യത്തിന്റെയും ജീവിതത്തിന്റെയും പ്രണയത്തിന്റെയും
മൂല്യം ഈ കീറിപ്പറിഞ്ഞ കടലാസു കഷ്ണത്തിന് മുമ്പിൽ അലിഞ്ഞില്ലാ
തായി എന്ന് അയാൾക്ക് തോന്നി. "അമ്മ ഇത് വെച്ചോളൂ..." ജയേഷ്
കണ്ണീരടക്കാൻ പാടുപെട്ടു.

"നിങ്ങളെ പോലെയാവാൻ ഞങ്ങൾക്കാവില്ല അമ്മേ..."

അയാളുടെ മനസ് മന്ത്രിക്കുന്നുണ്ടായിരുന്നു.. സഹദേവന്റെ കൃഷിയി
ടത്തെ കാപ്പിച്ചെടിയുടെ വെളുത്ത പൂക്കൾ സുഗന്ധം പൊഴിച്ച് ചിരിച്ച്
നിൽക്കുന്നുണ്ടായിരുന്നു.

ഓർമ്മത്തെറ്റ്

"ഇ നി ഇതൊക്കെ എവിടെയാണ് വയ്ക്കുക?

ചോദ്യം അവന്തികയുടേതാണ്. അച്ഛന് കിട്ടിയ പുരസ്കാര ങ്ങൾ ഷോക്കേസിൽ അടക്കിവെക്കുന്ന തിരക്കിലാണ് അവൾ. സേതു മാധവൻ മകളെ സാക്ഷതം നോക്കി. സാഹിത്യരചനയില്ലൂടെ താൻ നേടിയ സമ്മാനങ്ങൾ അടക്കി വയ്ക്കുന്നത് പോലും വലിയ പരിശ്രമം ആണെന്ന് വരുത്തി തീർക്കുന്ന പുതിയ തലമുറയെ ഓർത്ത് സേതുമാ ധവൻ നിരാശനായി. താൻ എഴുതി തീർത്ത കഥകളിലെ ത്യാഗസന്നദ്ധ രായ കഥാപാത്രങ്ങളെക്കാൾ വ്യത്യസ്തരാണ് തന്റെ ചോരയിൽ പിറന്ന മക്കൾ എന്ന് അയാൾ വേദനയോടെ ഓർത്തു.

ടൗൺ ഹാളിലെ പ്രൗഢഗംഭീരമായ ചടങ്ങിൽ വെച്ച് കേരള സാഹിത്യ അക്കാദമി പുരസ്കാരം സേതുമാധവൻ ലഭിച്ചത് ഇന്നായിരു ന്നു. സമൂഹത്തിലെ വിവിധ തുറകളിലെ വിശിഷ്ട വ്യക്തികൾ അടക്കം നിറഞ്ഞു കവിഞ്ഞ സദസ്സിന് മുമ്പിൽവെച്ച് വാങ്ങിയ അവാർഡുകളെ യാണ് അടക്കി വയ്ക്കുന്നതിന്റെ പേരിൽ വിലയില്ലാത്തതായി തന്റെ മകൾക്ക് തോന്നിയത്. സാരമില്ല അച്ഛന്റെ വിയർപ്പിന്റെ ഫലമാണ് താൻ അനുഭവിക്കുന്ന സന്തോഷങ്ങളും സൗകര്യങ്ങളും എന്ന് അവൾ തിരിച്ചറിയുന്ന കാലം വരട്ടെ എന്നയാൾ പ്രത്യാശിച്ചു.

സേതുവിന്റെ മനസ്സ് വീണ്ടും അവാർഡ് ദാന ചടങ്ങിലേക്ക് തിരിഞ്ഞു നടന്നു..... ആരൊക്കെയായിരുന്നു വന്നത്? ആരാണ് വരാതിരുന്നത്? ഒന്നും ശ്രദ്ധിക്കാൻ സാധിച്ചില്ല. എങ്കിലും ഏറ്റവും അടുത്ത സുഹൃത്ത് എന്ന് താൻ ചിന്തിച്ചിരുന്ന ചിലരുടെ മുഖത്ത് പോലും സന്തോഷത്തിന്റെ പ്രകാശം ഉണ്ടായിരുന്നില്ല എന്നയാൾ വേദനയോടെ മനസ്സിലാക്കി.

സങ്കടം അഭിനയിക്കാനാണ് എളുപ്പം.... സന്തോഷം അഭിന യിക്കാൻ മനുഷ്യജന്മത്തിന് ഏറെ ബുദ്ധിമുട്ടാണ്. മറ്റൊരുവന്റെ

ഉയർച്ചയിൽ സന്തോഷിക്കുന്നവരാണ് യഥാർത്ഥ സുഹൃത്ത്....എന്ന്
താൻ ഏതോ കഥയിൽ എഴുതിയിരുന്നല്ലോ എന്ന് അയാൾ ഓർത്തു..
"ശവംനാറി പൂക്കൾ"

എന്ന തന്റെ കഥയ്ക്ക് അവാർഡ് ലഭിച്ചതറിഞ്ഞ് വീട്ടിലെത്തിയവരും
ടൗൺഹാളിൽ എത്തിയവരും തന്റെ സുഹൃത്തുക്കളായിരുന്നുവോ?

ചില ഓർമ്മകൾ അങ്ങനെയാണ്... ഓർക്കുന്തോറും കയ്പ് പടരുന്ന
വേദന നിഴലിക്കുന്ന ഓർമ്മകളാണ് ഉണ്ടാവുക.

ഒരു ഫോൺ ബെല്ലിന്റെ സ്വരം ആണ് സേതുവിനെ ഓർമ്മകളിൽ
നിന്നുണർത്തിയത്.

"അച്ഛാ ഏതോ ഒരു പഴയ സുഹൃത്താണ്.. സേതു ഫോൺ അറ്റൻഡ്
ചെയ്യൂ.

"ഹലോ സേതു...ഇത് ഞാനാടാ...ജോസ്"

സേതുവിന് പരിചിതമല്ലാത്ത ഒരു സ്വരം. ആയിരുന്നു അത്.

മനസ്സിലായില്ല എന്ന് പറയുന്നതിനുമുമ്പ് വീണ്ടും അങ്ങേതലയ്ക്കൽ
നിന്ന് ശബ്ദം കേട്ടു. "ഞാനാടാ ജോസ്..... താറാവ് ജോസ്"

സേതുവിന്റെ മനസ്സ് നാൽപ്പത് കൊല്ലം മുമ്പിലേക്ക് പറന്നു.

എന്താണ് പറയേണ്ടത് എന്ന് സേതുവിന് അറിയില്ലായിരുന്നു...
വാക്കുകൾ തൊണ്ടയിൽ കുടുങ്ങി.... സന്തോഷമാണോ സങ്കടമാണോ
എന്ന് തിരിച്ചറിയാനാവാത്ത ഒരു അവസ്ഥയിൽ വീണ്ടും അവന്റെ
സ്വരം കേട്ടു. "നാളെ ഞാൻ നിന്നെ കാണാൻ വരുന്നുണ്ട് ഉച്ചയോടെ
എത്തും."

....ഫോൺ കട്ടായി ഡിസംബറിന്റെ കുളിരിലും സേതു വിയർത്തു.
ടൗൺഹാളിൽ വന്ന കൂട്ടുകാരുടെ ലിസ്റ്റിലും വീട്ടിൽ വന്നവരുടെ
ലിസ്റ്റിലും ജോസ് ഒരിക്കലും മനസ്സിൽ പോലും വന്നില്ലല്ലോ എന്ന്
സേതു വ്യസനത്തോടെ ഓർത്തു... സ്ഥാനങ്ങളിൽ എത്തുമ്പോൾ
പഴയകാലത്തെ മറക്കുക എന്നത് മനുഷ്യസഹജമായ അഹങ്കാരമാണ്
എന്നയാൾ തിരിച്ചറിയുകയായിരുന്നു.... മനുഷ്യനല്ലെങ്കിലും ഒരു പരാദ
ജീവിയാണ്. മറ്റുള്ളവന്റെ ജീവിതങ്ങളിൽ അള്ളിപ്പിടിച്ചിരുന്ന് അവന്റെ
സന്തോഷങ്ങളെ തന്നോടൊപ്പം ചേർത്ത് ജീവിത സുഖം നുണയാൻ
മനുഷ്യനോളം കഴിവുള്ള മറ്റ പരാദ ജീവികൾ ഇല്ല... അയാൾ സ്വയം
വിമർശനാത്മകമായി ചിന്തിച്ചു.

ഷോക്കേസിൽ ഇരിക്കുന്ന ഓരോ ഫലകങ്ങളും തന്നെ നോക്കി
പല്ലിളിക്കുന്നതായി സേതുവിന് തോന്നി. "ശാലിനി....ഒരു ഗ്ലാസ് വെള്ളം

കൊണ്ടുവരൂ.." ഭാര്യയെ വിളിച്ച് സേതു പറഞ്ഞു.

"ആരായിരുന്നു ഫോണിൽ? എന്താ നിങ്ങളെ വിയർക്കുന്നത് ? വയ്യായ്ക വല്ലതും തോന്നുന്നുണ്ടോ? എന്തെങ്കിലും പ്രശ്നമുണ്ടോ?"

ഒരുപിടി ചോദ്യങ്ങളുമായി ശാലിനി കടന്നുവന്നു.. "അത് ജോസ് ആയിരുന്നു."

സേതു മറുപടി പറഞ്ഞു "ഇങ്ങോട്ട് വരുന്നുണ്ട്"

"എനിക്കൊന്നും മനസ്സിലായില്ല" ശാലിനി ചുണ്ട് കോട്ടി.. "ഏത് ജോസിനെ കുറിച്ചാണ് നിങ്ങൾ പറയുന്നത്?"

"നാളത്തേക്ക് ഉച്ചഭക്ഷണം തയ്യാറാക്കേണ്ടതുണ്ടോ?"

"ഉണ്ടെങ്കിൽ എന്തൊക്കെ വിഭവങ്ങൾ വേണം?"

"അവന് സ്പെഷ്യൽ ആയി താറാവ് മുട്ട മതി."

ശാലിനിയുടെ പുരികം ഉയർന്നു. ചുണ്ടിൽ ഒരിക്കൽ കൂടി പുച്ഛം ഉണ്ടായി. ജോസ് ചിരിച്ചു..

ശാലിനി ചവിട്ടിത്തുള്ളി അകത്തേക്ക് പോയി. സേതുവിന്റെ നെഞ്ചിൽ നാൽപ്പത് വർഷം മുമ്പുള്ള ഒരു സായാഹ്നം ഹൃദയമിടിപ്പ് മായി ചേർന്നലിഞ്ഞു നിന്നു.

തകരൻ മുതലാളിയുടെ പാടത്ത് താറാവിനെ വളർത്തി നടന്നിരുന്ന തോമസ് ചേട്ടന്റെ മകൻ ജോസ് ആയിരുന്നു ഹൃദയത്തിലെ നിറക്കൂട്ട് കളിലെ നായകൻ..

പാടത്തെ ചെളിയിൽ പൂണ്ട് കിടക്കുന്ന താറാവ് മുട്ടകളെ തിരഞ്ഞു ള്ള രണ്ട് ബാല്യങ്ങൾ... സേതുവും ജോസും....

മുതലാളിയെയും അച്ഛനെയും വെട്ടിച്ച് നിക്കറിന്റെ പോക്കറ്റിൽ ഒളിപ്പിച്ച കടത്തുന്ന താറാവ് മുട്ടകളായിരുന്നു അന്നു തന്റെ ഭക്ഷണം... ദാരിദ്ര്യത്തിന്റെ പരകോടിയിൽ ജീവിച്ച തനിക്ക് ആശ്വാസമാകുന്നത് ജോസിന്റെ തീക്ഷ്ണയാർന്ന കണ്ണുകളില്ലൂടെ കണ്ടുപിടിക്കുന്ന താറാവ് മുട്ടകൾ ആയിരുന്നു

പാടത്തെ തോട്ടിൻകരയിൽ വെച്ച് പച്ചയ്ക്കും തെങ്ങോല കുറ്റിയിട്ട് കത്തിച്ച് ഉണ്ടാക്കുന്ന പുഴങ്ങിയ മുട്ടയിലും ആയിരുന്ന വിശന്ന തന്റെ വയറിന് ആശ്വാസം

അച്ഛനു കൊട്ടക്കുന്ന മുട്ടകളിൽ നിന്ന് ഒരു ഓഹരി എന്നും ജോസ് തനിക്ക് വേണ്ടി മാറ്റിവെക്കുമായിരുന്നു. ഏറെ അലഞ്ഞിട്ടുണ്ട് മുട്ടകൾ തേടി.... എന്നും അവ കണ്ടെത്താൻ മിടുക്ക് ജോസിന്റെ കണ്ണുകൾക്ക്

തന്നെയായിരുന്നു. മുട്ടകൾക്ക് പകരമായി താൻ എന്താണ് നൽകിയത്?

ശൂന്യത മാത്രം കൈമുതലുള്ള തന്റെ കൈകൾക്ക് അന്ന് ഒന്നിനും ആകില്ലായിരുന്നു എന്നതും യാഥാർത്ഥ്യം.

താറാവുകൾ കൂട്ടമായി ചത്തമലച്ചപ്പോൾ പുതിയ ജോലി തേടി ജോസും കുടുംബവും നാട്ടുവിട്ടു. പോകുമ്പോൾ ചെളി പുരണ്ട പാടവരമ്പ ത്ത് വെച്ച് അവസാനമായി കെട്ടിപ്പിടിച്ച് കരഞ്ഞ കണ്ണുനീരിന്റെ ചൂട് എന്നാണ് തണുത്തു പോയത് എന്നയാൾ ആശ്ചര്യത്തോടെ ചിന്തിച്ചു.

അതേ ജോസിന്റെ ശബ്ദമാണ് താനിന്നു കേട്ടത് എന്ന് വിശ്വസി ക്കാനേ പ്രയാസമായിരുന്നു... ഓർമ്മകളുടെ വേലിയേറ്റങ്ങൾ സൃഷ്ടിച്ച രാത്രിക്കടലിൽ ഉറക്കമില്ലാതെ സേതു കഴിച്ചുകൂട്ടി

നീണ്ട കാലങ്ങൾക്ക് ശേഷം കൂട്ടുകാരനെ കാത്തിരുന്ന അയാൾക്ക് മഴ കാത്തിരിക്കുന്ന വേഴാമ്പലിന്റെ മനസായിരുന്നു.

ശാലിനിയും മക്കളും കഥകളറിഞ്ഞ് വിഭവങ്ങൾ ഒരുക്കുന്ന തിരക്കിൽ ആയിരുന്നു.

"നിങ്ങളുടെ പഴയ താറാമുട്ടയുടെ കഥയെന്നും അയാളുടെ അടുത്ത് എഴുന്നള്ളിക്കണ്ട." എന്നൊരു താക്കീതും. ശാലിനി വക ഉണ്ടായി.

"താറാവ് മുട്ട കഴിക്കാനല്ല അയാൾ വരുന്നത്." അവന്തികയും കൂട്ടിച്ചേർത്തു.

നിമിഷങ്ങൾക്ക് നീളം കൂടുതലാണെന്ന ചിന്തയുമായി അയാൾ സമയം തള്ളിനിൽക്കേ ഒരു വാഹനം ഗേറ്റിൽ വന്നുനിന്നു.

സേതു ആകാംക്ഷയോടെ ഓടിച്ചെന്നു. ഡ്രൈവർ ഡോർ തുറന്നു പുറത്തിറങ്ങി.

"സേതുസാർ അല്ലേ ജോസേട്ടൻ ഇന്നലെയാണ് വിളിച്ച പറഞ്ഞത്. ഇന്നലെ തന്നെ പുറപ്പെട്ടു ടൗൺഹാളിൽ എത്താൻ താല്പര്യമില്ലെന്ന് പറഞ്ഞു വീട് പത്രലേഖകരോട് ചോദിച്ചാണ് മനസ്സിലാക്കിയത്."

ഡ്രൈവർ എന്തൊക്കെയോ പറയുന്നുണ്ടായിരുന്നു.. സേതുവിന്റെ കണ്ണുകൾ പുറകിലെ ഡോറിലേക്ക് യാത്ര ചെയ്തു. കറുത്ത കണ്ണട ധരിച്ച ഒരാൾ പുറത്തിറങ്ങി.

"സേതു.... സേതു..."

അയാൾ വിളിച്ചു. ആ ആ വിളിക്ക് സ്നേഹത്തിന്റെ തിരതള്ളലുള്ള തായി അയാൾക്ക് തോന്നി.

കയ്യിലൊരു വാക്കിംഗ് സ്റ്റിക്കുമായി നിന്ന ആളെ നോക്കി സേതു

പറഞ്ഞു "നിന്നെ മനസ്സിലാകുന്നതേ ഇല്ലല്ലോ....."

ജോസ് പുഞ്ചിരിച്ചുകൊണ്ട് പറഞ്ഞു "എനിക്ക് അത്തരം പ്രശ്നമൊന്ന മില്ല. നിന്റെ ശബ്ദമാണ് എനിക്ക് നിന്റെ മുഖം. ഗ്ലൂക്കോമ ബാധിച്ച് എന്റെ കാഴ്ച നഷ്ടപ്പെട്ടിട്ട് അഞ്ചു വർഷമായി.. നിന്റെ ശബ്ദം ഒന്ന് കേൾക്കണം... നിന്നെ ഒന്ന് ചേർത്തുപിടിക്കണം അത്ര മാത്രമേ ഞാൻ ആഗ്രഹിച്ചുള്ളൂ"

താൻ എഴുതി തീർത്ത കഥകൾ എല്ലാം വെറും അക്ഷരങ്ങൾ മാത്ര മായിരുന്നെന്നും അവയെല്ലാം കുത്തിയൊലിച്ച് എന്നിലെ കഥാകാരൻ ശൂന്യമാകുന്നു എന്നും അയാൾക്ക് തോന്നി.

അയാൾ ജോസിനെ മുറുകെപ്പുണർന്നു.

പാടത്തെ ചെളിയുടെ ഗന്ധം താറാവ് മുട്ടയുടെ മണം എല്ലാം അയാളുടെ മനസ്സിൽ നിറഞ്ഞു.

തനിക്ക് ലഭിച്ച പുരസ്ക്കാരങ്ങളിൽ ഏറ്റവും മികച്ചത് ഈ ആശ്ലേഷണം ആണെന്ന് സേതു തിരിച്ചറിയുകയായിരുന്നു.

"ഞാൻ അങ്ങ് പോവാ നിന്റെ ഈ മണം മതി എനിക്ക് ഇനി ബാക്കിയുള്ള കാലം ജീവിക്കാൻ"

ജോസ് കാറിൽ കയറി മടങ്ങവേ എന്ത് ചെയ്യണമെന്ന് അറിയാതെ സേതു തരിച്ചു നിന്നു

"വന്നയാള് പോയോ? ഈ ഭക്ഷണം ഒക്കെ ഉണ്ടാക്കിയിട്ട് കഴിക്കാതെ?"

ശാലിനി വീണ്ടും പിണക്കത്തിലായി. സേതുവിന്റെ കണ്ണിനെ വക്ക് പൊട്ടിച്ച് കവിളിനെ ചട്ടപൊള്ളിച്ച് താഴെക്കൊഴുകിയ കണ്ണുനീർ സൗഹൃദത്തിന്റെ ലാവയായിരുന്നു

സർപ്പദംശനം

മഴ പെയ്തു പണ്ടാരമടങ്ങിയ ഒരു ശനിയാഴ്ച അന്തംവിട്ട് കുന്തം വിഴുങ്ങി ചാരു കസേരയിൽ കിടക്കുകയായിരുന്ന ശശാങ്കൻ. കയ്യിൽ വൈക്കം മുഹമ്മദ് ബഷീറിന്റെ പ്രേമലേഖനം എന്ന കഥയും ഉണ്ടായിരുന്നു. "ഞാനൊന്ന് വീട് വരെ പോവാ." സ്വാതന്ത്ര്യ പ്രഖ്യാപന വുമായി അധികാരത്തിന്റെ ചെങ്കോലായ ചട്ടകവും പിടിച്ച ഭാര്യ സുമതി മുന്നിൽ നിൽക്കുന്നു. കയ്യിലിരിക്കുന്ന ചെങ്കോലിനോട്ടുള്ള ആദരവ് മൂലം മറിച്ചൊന്നും പറയാൻ ശശാങ്കന് തോന്നിയില്ല. മറുപടി ഒരു മൂളലിൽ ഒതുക്കി. "ചക്ഷുശ്രവണ ഗളസ്ഥമാം ദർദുരം ഭക്ഷണത്തിന് അപേ ക്ഷിക്കുന്നത് പോലെ ഞാനും ചോദിക്കുവാ എന്നെ കൊണ്ടാക്കാൻ വരാമോ?" സുമതി വിട്ടന്ന ലക്ഷണമില്ല. സാഹിത്യത്തിൽ തല്ലരനായ തന്നെ അവൾ ട്രോളിയതാണെന്നയാൾക്ക് മനസ്സിലായി. "എനിക്ക് സാംസ്കാരിക നിലയത്തിൽ ഒരു പരിപാടിയുണ്ട്. പ്രേമലേഖനത്തി ന്റെ ആധുനിക വായന" തെളിവായി കയ്യിലിരുന്ന പുസ്തകം അയാൾ നീട്ടി കാണിച്ചു. കോടതിയിൽ ജഡ്ജി പരിശോധിക്കുന്നത് പോലെ സുമതി പുസ്തകത്തെ പരിശോധിച്ചു. "പ്രേമലേഖനം-ഇതിയാന് ഇളക്കം. ഇത്തിരി കൂടുന്നുണ്ട്... വേറൊരു പേരും കിട്ടിയില്ല പുസ്തകത്തിന്.... സുമതി കലിപ്പ് തുടർന്നു... ബഷീറിന്റെ മാങ്കോസ്റ്റിൻ മാവ് ഒടിഞ്ഞ് തന്റെ തലയിൽ വീണിരുന്നെങ്കിൽ എന്നയാൾ കൊതിച്ചു... തുടർന്ന് അവളിൽ നിന്ന് അടുത്ത സാഹിത്യ ശകലം പുറത്തുവന്നു. "ഉത്തിഷ്ഠത ജാഗ്രത: പ്രാപ്യവരാൻ നിബോധത" -

"അതിവിടെ പറയാൻ കാരണം? എന്നപറഞ്ഞാൽ എന്താണ്?" ശശാങ്കന് അവൾ പറഞ്ഞതിന്റെ പൊരുൾ മനസ്സിലായില്ല.

"എന്ന് പറഞ്ഞാൽ... ഉത്തമന്മാർക്ക് ജാഗ്രത ഉണ്ടാവും പക്ഷേ ഗുണം പിടിക്കാൻ പ്രയാസം"

     ഒറ്റമരത്തണലിൽ

പ്രശസ്തമായ വരിയുടെ പുതിയ അർത്ഥതലം കേട്ട് ശശാങ്കന്
സ്ഥലകാലബോധം നഷ്ടപ്പെട്ടു.

അയൽപക്കത്തെ ഖാലിദിന്റെ വീട്ടിലെ എഫ്. എം റേഡിയോയിൽ
നിന്ന് പാട്ട് ഇങ്ങനെ ഒഴുകി വന്നു.

"പൂമുഖ വാതിൽക്കൽ സ്നേഹം വിളമ്പുന്ന പൂന്തിങ്കളാണെന്റെ ഭാര്യ..."

വെളിച്ചെണ്ണയിലിട്ട പൂരിയെ പോലെ വീർത്ത കവിളുമായി സുമതി
ചവിട്ടിത്തുള്ളി വീട്ടിലേക്ക് പോയി. ഭൂമിയിലെ ഒരു ശക്തിക്കും അവളെ
'സാന്ത്വനപ്പെടുത്താൻ ആവില്ലെന്ന് ശശാങ്കന് അറിയാമായിരുന്നത്
കൊണ്ട് അയാൾ കൂടുതൽ ശ്രമങ്ങൾ നടത്തിയില്ല. വീണ്ടും ചാരുകസേ
രയിലേക്ക് ചാഞ്ഞ് വായന പുനരാരംഭിച്ചു. വീടിന്റെ മതിലിനരുകിൽ
ഒരു ശബ്ദം കേട്ടപ്പോൾ ശശാങ്കൻ മുഖം ഉയർത്തി നോക്കി. പുതിയ
താമസക്കാരി അമ്മാളവും കുട്ടിയും.കുട്ടിക്ക് നാല് വയസ് പ്രായമുണ്ട്.
അമ്മാളവിന് മുപ്പതിന് മുകളിൽ പ്രായം വെളുത്ത്, തടിച്ച പ്രകൃതം.
പഴയ കാല നായിക ജയഭാരതിയെപ്പോലെ... "അനുരാഗിണീ...
ഇതാ എൻ കരളിൽ വിരിഞ്ഞ പൂക്കൾ"- ഖാലിദിന്റെ റേഡിയോ സിറ്റ
വേഷന് അനുയോജ്യമായ ബി.ജി.എം വിട്ടു... വശ്യമനോഹരമായി
ചിരിച്ച് അമ്മാള. നെറ്റിയിലെ ചുവന്ന വട്ടപ്പൊട്ട് ആൻഡ്രോയ്ഡ്
ഫോണിലെ റെക്കോർഡിങ് ബട്ടനെ അനുസ്മരിപ്പിച്ചു... ഷർട്ടിടാതെ
ഇരുന്ന ശശാങ്കൻ കർക്കിടക മാസത്തിലും വിയർത്തു. അയാൾ
കയ്യെത്തി അടുത്ത് കിടന്ന ഷർട്ട് എടുത്തിട്ടു. അത് കണ്ട് അമ്മാളവിൽ
ഒരു പുഞ്ചിരി ഉണ്ടായി. പെട്ടെന്ന് ശശാങ്കന്റെ മനസിലേക്ക് സുമതിയുടെ
വാക്കുകൾ ഓർമകളായി എത്തി.

"മനുഷ്യാ, അപ്പറത്തെ പുതിയ താമസക്കാരി ആള ത്ര ശരിയ
ല്ലെന്നാ അയൽക്കൂട്ടത്തിലെ പെണ്ണങ്ങൾ പറഞ്ഞത്.. പലരുമായും
ബന്ധമുണ്ടെന്ന് പറയുന്നു. മിണ്ടാനും കൊഞ്ചാനും ഒന്നും പോകണ്ട.
പറയിപ്പിക്കാൻ നിൽക്കണ്ട."

ശശാങ്കൻ കസേര തിരിച്ചിട്ട് ഇരുന്ന് വായന തുടങ്ങി

"മനസിൻ കണ്ണാടി മുഖമെന്ന് പഴമൊഴി... മനസിനെ മറക്കുന്ന
മുഖമെന്ന് പുതുമൊഴി."

..ഖാലിദിന്റെ റേഡിയോ മനസ് വായിച്ചെടുത്ത പോലെ..... പാട്ടുന്ന
ണ്ടായിരുന്നു.

സാംസ്ക്കാരിക നിലയത്തിലേക്ക് പോകാനൊരുങ്ങവേ മുറ്റത്ത് നിന്ന്
ഒരു കരച്ചിൽ... "സാറേ ഓടി വരണേ.... അമ്മയെ പാമ്പ് കടിച്ചു...."

നോക്കുമ്പോൾ അമ്മാളുവിന്റെ മകൾ ഇന്ദുവാണ്... ശശാങ്കനിലെ പൗരബോധം ഉണർന്നു.അയാൾ ഖാലിദിന്റെ വീട്ടിലേക്ക് നീട്ടി വിളിച്ചു.. "ഖാലി ദേ... വേഗം വാ.... അമ്മാളുവിന്റെ വീട്ടിലേക്ക്..."

"ആട്ടപാമ്പേ.... ആടാട്ട പാമ്പേ.... ആടാട്ട പാമ്പേ...." ഖാലിദിന്റെ റേഡിയോ... തകർത്ത് പാട്ടകയാണ്. ഞാൻ വിളിച്ചേ വരാം.. ഇന്ദു അവി ടേക്കോടി...

ശശാങ്കൻ ചെല്ലുമ്പോൾ അമ്മാള തറയിൽ കിടക്കുകയാണ്. കാലിലെ ചെറുവിരലിൽ നിന്ന് ചോര പൊടിയുന്നുണ്ട്..

ശശാങ്കനെ കണ്ട ഉടനെ അമ്മാള "എന്റെ സാറേ. എന്നെ പാമ്പു കടിച്ചല്ലോ... എന്ന് അലമുറയിട്ട്.." "എന്റെ സാറേ" എന്ന പ്രയോഗം അയാളിൽ നടുക്കമുണ്ടാക്കി. ആരും കേട്ടില്ലല്ലോ എന്നയാൾ ആശ്വസി ച്ചു. അയയിൽ കിടന്ന ഒരു ഇണിയെടുത്ത് അയാൾ കാൽപാദം മുറുക്കി കെട്ടി തന്റെ പ്രാഥമിക ചികിത്സാ വൈദശ്യം പ്രകടമാക്കി. എന്തോ മഹത്തായ കാര്യം ചെയ്ത പ്രതീതിയിൽ അയാൾ നിന്നു..

"സാറിനെ കണ്ട് തിരിച്ച വരുമ്പോ കടിച്ചതാ സാറേ"... അമ്മാള അലമുറ ഇടർന്നു. ഇത് കേട്ട് എന്തോ രഹസ്യം കേട്ട മുഖവുമായി ഖാലിദ് വന്നു.

ലോഡിങ്ങ് തൊഴിലാളിയാണ്. മസിലുകൾ പൊങ്ങി നിന്ന് സൽമാൻ ഖാന്റെ ശരീരം. ഒരു ബനിയനിട്ട് ബട്ടൻസിടാതെ ഷർട്ടുമിട്ട് മസിൽ പെരുപ്പിച്ച് കടന്ന് വന്ന ഖാലിദ് അമ്മാളുവിനെ പിടിച്ചെഴുന്നേൽ പിച്ചിരുത്തി. ജയനും ജയഭാരതിയും ജോഡി ചേർന്ന പോലെ ശശാങ്കന് തോന്നി. അമ്മാള വീണ്ടും ശശാങ്കനെ നോക്കി "എന്റെ സാറേ.... എന്നെ കൊണ്ടു പോകൂ" എന്ന് കരഞ്ഞു. ശശാങ്കന് ടെൻഷനായി. ഖാലിദ് എന്തോ അർത്ഥം വെച്ച് ചിരിച്ച പോലെ അയാൾക്ക് തോന്നി. "എങ്ങനെ കൊണ്ടു പോകും?" അയാൾ ഖാലിദിനോട് ചോദിച്ചു. ഖാലിദ് കയ്യിലിരുന്ന ഫോണെടുത്ത് ഡയൽ ചെയ്ത

രണ്ട് വീടപ്പുറത്തുള്ള വർഗീസ് ചേട്ടന്റെ ടാക്സിക്കാർ വന്നു നിന്നു. ഖാലിദ് അമ്മാളുവിനെ കോരി എടുത്തു നടന്നു. "എടുക്കേണ്ട ആവശ്യ മുണ്ടോ? നടക്കാമായിരുന്നില്ലേ...?" ശശാങ്കന്റെ ചിന്തകൾ അവസാനിച്ചി ല്ല. പെട്ടെന്നാണത് സംഭവിച്ചത്. വാതിൽപ്പടിയിൽ കാൽ തട്ടി ഖാലിദും അമ്മാളുവും കൂടി മുറ്റത്തേക്ക് മറിഞ്ഞ് വീണു. മുന്നിലേക്കാഞ്ഞ ഖാലിദ് അമ്മാളുവിനെ രക്ഷിക്കാൻ ശ്രമിച്ചതിനാലാവാം ഖാലിദിന്റെ മുകളിൽ സേഫ് ആയി അമ്മാള ലാന്റ് ചെയ്തു. തോൾപ്പലക ഇളകിയ അവസ്ഥ യിൽ ഖാലിദ് കിടന്നു. ടാക്സിക്കാറിന്റെ ഡ്രൈവർ പ്രകാശ് ഓടി വന്ന്

 ഒറ്റമരത്തണലിൽ

അമ്മാളവിനെ പിടിച്ചെഴുന്നേൽപ്പിച്ച് കാറിലേക്ക് നടത്തി.ശശാങ്കൻ കൂടെ നടന്നു. പലക ഇളകിയ ഖാലിദ് സ്ത്രീകൾക്ക് ലഭിച്ച സാമൂഹിക പരിഗണനയിൽ പരവശനായി ഇങ്ങനെ നിലവിളിച്ചു... "എന്നെ കൂടി കൊണ്ടു പോകൂ..."

ശശാങ്കന് പരിസരബോധമുണ്ടായി. അയാൾ തിരിച്ച് വന്ന് ഖാലിദിനെ കൂട്ടി കാറിനരികിലേക്ക് നടന്നു. ഈ ബഹളത്തിനിടയിൽ കൈക്കുഞ്ഞുമായി ഖാലിദിന്റെ ഭാര്യ സുബൈദയും നാല്യ വയസുകാരൻ ആബിദും സീനിലേക്ക് കടന്ന് വന്നു. വന്ന ഉടനെ ചെക്കൻ പീ പീ ഹോണടിച്ച് വണ്ടി ഓടിക്കും പോലെ കാണിച്ച് ഖാലിദിന്റെ കൈ പിടിച്ച് തൂങ്ങി. ഖാലിദിൽ നിന്ന് കരച്ചിലാണോ അലർച്ചയാണോ ഉണ്ടാ യതെന്ന് കണ്ട നിന്നവർക്ക് മനസിലായില്ല. ഈ അവസ്ഥയിലും അമ്മി ഞ്ഞപ്പാലിനായി സുബൈദയുടെ കൈക്കുഞ്ഞ് അടിയന്തരാഹ്വാനം മുഴ ക്കുന്നുണ്ടായിരുന്നു. പലക പോയ ഖാലിദിന് മക്കളുടെ രണ്ട് പേരുടെയും പ്രകടനം വേദന ഇരട്ടിയാക്കി.. ഡ്രൈവർ കാർ സ്റ്റാർട്ട് ചെയ്ത റിവേഴ്സ് എടുത്തപ്പോഴാണത് സംഭവിച്ചത്... വണ്ടി ഓടിക്കൽ തുടർന്നുകൊണ്ടി രുന്ന ആബിദിനെ വണ്ടിയിടിച്ച വീഴ്ത്തി. മുട്ടുപൊട്ടി ചോര വന്ന് ചെക്കൻ വാവിട്ട് കരഞ്ഞു. അവനെയും എടുത്ത് ഖാലിദിനൊപ്പം വണ്ടിയിലിരു ത്തി ശശാങ്കൻ.. അതോടെ വണ്ടിയിൽ നിന്ന് കരച്ചിലുകളുടെ എണ്ണം മൂന്നായി... പാമ്പുകടിച്ച അമ്മാള... തോൾപ്പലക തെന്നി ഖാലിദ്.. മുട്ട പൊട്ടിച്ച് കാൽ ഉരഞ്ഞ് ആബിദ്.. കരച്ചിലുകൾ ഉയരവെ ശശാങ്കൻ ധൃതിയിൽ ഡോറടച്ചു. പുതിയ ഒരു നിലവിളി കേട്ട് ശശാങ്കൻ തിരിഞ്ഞ് നോക്കി. ഡോറിനിടയിൽ കൈ കുടുങ്ങി സുബൈദ.... ഡോർ തുറന്ന് രക്ഷാപ്രവർത്തനം നടത്തി ശശാങ്കൻ അങ്ങനെ സുബൈദയെയും ചേർത്ത്.. അയൽപക്കക്കാരായ രണ്ട് കുടുംബങ്ങളെയും കൂട്ടി ശശാങ്കൻ യാത്ര പുറപ്പെട്ടു. വണ്ടിയിൽ നിന്ന് കരച്ചിലുകളുടെ... വിവിധ വേർഷ നകൾ കേൾക്കാനുണ്ടായിരുന്നു. ഒരു ഗട്ടർ ചാടിയപ്പോൾ കാറിലെ റേഡിയോ ഓണായി... "സമയമാം രഥത്തിൽ ഞാൻ സ്വർഗ യാത്ര...." എന്ന ഗാനം ആവശ്യപ്പെടുന്നത്... ഡ്രൈവർ റേഡിയോ ഓഫാക്കി. അമ്മാളവിൽ നിന്ന് ഉള്ള കരച്ചിലിന്റെ വോള്യം കൂടി.. "എന്റെ സാറേ.... ഞാനിപ്പോ ചാകുമേ....."

പോകുന്ന വഴിയിലാരുന്നു ദാമോദരൻ വൈദ്യരുടെ വിഷചികിത്സാ ലയം. വാഹനം അവിടെ നിർത്തി ശശാങ്കനും അമ്മാളവും ഇന്ദുവും ഇറങ്ങി... പ്രകാശ് ഖാലിദിനെയും കുടുംബത്തെയും കൊണ്ട് ആശുപ ത്രിയിലേക്ക് യാത്ര തുടർന്നു

വിഷ ചികിത്സാലയത്തിന്റെ മുറ്റത്ത് പല ചില്ല പാത്രങ്ങളിലായി പാമ്പുകളെ എംബാം ചെയ്ത് വെച്ചിരുന്നു. നാട്ടിലെ അറിയപ്പെടുന്ന പാമ്പായ മാനുക്കുട്ടൻ അവിടെ ഉണ്ടായിരുന്നു.

പാമ്പുകടിയേറ്റ് നാലു ദിവസമായി അവിടെ എത്തിയിട്ട്.. കടിച്ച തിന്റെ അംശം രക്തത്തില്ലുള്ള തിനാൽ കടിച്ചതിന്റെ അംശം രക്ത ത്തിൻ കയറാൻ വൈകിയെന്ന് അഭിമാനപൂർവം അവൻ വിവരിച്ചു. പാമ്പ് കടിച്ച ഉടനെ കടിച്ച ഭാഗം പരിശോധിച്ച് കൂട്ടുകാരൻ സുഗുണൻ ഒരു തരി പല്ലിന്റെയാണെന്ന് പറഞ്ഞ് മാനുക്കുട്ടന് കൊടുത്തിരുന്നു. കിട്ടിയത് വായിലിട്ട് നോക്കിയിട്ട് മാനുക്കുട്ടൻ വിധിയെഴുതി

"ഇത് അണ്ടിപ്പരിപ്പാണെന്ന്."

മാനുക്കുട്ടനൊരു സംഭവമായി മനസിൽ വളരുമ്പോ... പരിശോധന കഴിഞ്ഞ് വൈദ്യർ വിളിച്ചു... ഇത് പാമ്പൊന്നുമല്ല... ഈർക്കിൽ കൊണ്ടതാണെന്നാ മനസിലാകുന്നത്. ഏതായാലും വല്ല വിഷാംശ വുമുണ്ടെങ്കിൽ ഇറങ്ങാനുള്ള മരുന്ന് കൊടുത്തിട്ടുണ്ട്..." അമ്മാളുവിന്റെ കരച്ചിൽ നിന്നിരുന്നു. വൈദ്യർക്ക് ഉള്ള പണവും കൊടുത്ത് ശശാങ്കൻ അമ്മാളുവിനും കുട്ടിക്കുമൊപ്പം പുറത്തിറങ്ങി. "അമ്മേ എനിക്ക് വിശ ക്കുന്നു"- ഇന്ദു ചിണുങ്ങി. ശശാങ്കൻ തൊട്ടടുത്ത തട്ടുകടയിൽ കയറി ബ്രഡ്ഡും ഓംലറ്റും വാങ്ങി കൊടുത്തു. "ആംപ്ലേറ്റ് എനിക്കിഷ്ടമാ... ഇന്ദുവിന് ഉത്സാഹം.. ശശാങ്കന്റെ മനസിലെ അധ്യാപകൻ ഉണർന്നു. ആംപ്ലേറ്റ ല്ലാ.. ഓംലെറ്റ്.. ഓംലെറ്റ് എന്ന് പറഞ്ഞ് പഠിക്കൂ..." അവൾ തലയാട്ടി. "പറയൂ.. എന്താണ് കഴിക്കുന്നത്?"

"ബ്രഡ്ഡും ടോയ്‌ലെറ്റും." ഇന്ദു പറഞ്ഞു. കടയിൽ ചിരിയുടെ മേള മുണർന്നു. പണം കൊടുത്ത് ശശാങ്കൻ കടയിൽ നിന്ന് തലയൂരി... അമ്മാളുവിനെയും കുട്ടിയെയും കൂട്ടി ഒരു ഓട്ടോയിൽ വീട്ടുപടിക്കൽ ഇറങ്ങുമ്പോൾ ഖാലിദിനെയും കുടുംബത്തെയും കൂട്ടി പോയ ഡ്രൈവർ കാശിനായ് കാത്തുനിന്നിരുന്നു.

ഒരു ഈർക്കിൽ വരുത്തിയ വിന എന്ന് മനസിലോർത്ത് അമ്മാ ളുവിനെ ശപിച്ച് പണം നൽകുമ്പോൾ അമ്മാള പറഞ്ഞു "സാറ് സ്നേ ഹമുള്ളവനാ.. എന്തോരം കാശാ എനിക്ക് വേണ്ടി ചെലവാക്കിയത്.." ഗേറ്റിന് തൊട്ടപ്പുറത്ത് സുമതിയുടെ ജ്വലിക്കുന്ന മുഖം കണ്ടു... യാത്ര പറഞ്ഞ് കുണങ്ങി കുണങ്ങി അമ്മാള നടന്ന് പോയി.. വാതിൽ വലിച്ച ടക്കുന്ന ശബ്ദം കേട്ട് ശശാങ്കൻ നോക്കുമ്പോൾ തനിക്ക് മുമ്പിൽ വീടിന്റെ വാതിൽ കൊട്ടിയടക്കപ്പെട്ടത് ശശാങ്കൻ കണ്ടു

 ഒറ്റമരത്തണലിൽ

"ആരും ഉറക്കാത്ത പൂമുഖവാതിലിൽ അന്യനെപോലെ ഞാൻ നിന്നു..."

ഖാലിദിന്റെ റേഡിയോ.. ശശാങ്കന് വേണ്ടി പാട്ടുന്നുണ്ടായിരുന്നു.

അനാമിക

ഗേറ്റ് ഇല്ലാത്ത ചുറ്റമതിൽ ഇല്ലാത്ത വീട്ടിലേക്ക് ശാരിക കാർ ഓടിച്ച കയറ്റി.മുറ്റത്ത് കിടന്നിരുന്ന രണ്ട തെരുവ് നായ്ക്കൾ പ്രതിഷേധ സ്വരം പുറപ്പെട്ടുവിച്ചു. തങ്ങളുടെ സ്വസ്ഥ ജീവിതത്തിന് തടസ്സം ആയതിലുള്ള പ്രതിഷേധം. ശാരിക കാറിൽ നിന്ന് ഇറങ്ങി ഒരുമാസമായിട്ടുണ്ടാവും താൻ ഇവിടെ വന്നിട്ട്. അവൾ ചുറ്റപാട്ടം നോക്കി. താൻ ജനിച്ച വളർന്ന തന്റെ സ്വപ്നങ്ങൾ മേഞ്ഞു നടന്നിരുന്ന വീട്ടും ചുറ്റപാട്ടം. ഗ്രാമത്തിൽ നിന്ന് നഗരത്തിലേക്കുള്ള പറിച്ച നടലിൽ നഷ്ടമാകുന്നത് ഗ്രാമഭംഗിയോടൊപ്പം പഴയകാല ഓർമ്മകളുടെ ചിത്ര ങ്ങൾ കൂടിയാണ്.

മതിലും ഗേറ്റ് ഇല്ലാത്തതിനാൽ വളർത്തു മൃഗങ്ങൾ മുറ്റത്തെ ചെടികളും പറമ്പിലെ പുല്ലുകളും തിന്നതായി കാണാം.ചുറ്റമതിലും ഗേറ്റും വേണ്ട എന്നുള്ളത് അച്ഛന്റെ വാശിയാണ്. "തുറന്ന മനസ്സാണ് എന്റേത്. എന്റെ പുരയിടവും അങ്ങനെ മതി. ആർക്കും മുൻപിലും കെട്ടിമറച്ചിടേ ണ്ട വിശ്വനാഥൻ മാസ്റ്ററുടെ പുരയിടം തുറന്ന തന്നെ കിടന്നാൽ മതി" അച്ഛന്റെ വാക്കുകൾ അവളുടെ മനസിലേക്ക് ഓടി എത്തി

കോലായിൽ ചിലന്തി വല കെട്ടിയിട്ടുണ്ട്. മുറ്റത്ത് കിടന്ന ചില് നായ്ക്കൾ കടിച്ച വലിച്ച് നിരത്തിയിട്ടിരിക്കുന്നു. ഏതോ ജീവിയെ കൊന്നു തിന്നതിന്റെ അവശിഷ്ടവും മുറ്റത്തുണ്ട്.കാട്ടുപിടിച്ച കിടക്കുന്ന മുറ്റവും പരിസരവും.... മനുഷ്യമനസ്സ് പോലെ തന്നെയാണ് പുരയിടവും എന്ന് അച്ഛൻ വീണ്ടും പറയുന്നതായി അവൾക്ക് തോന്നി. നന്നായി പരിപാലിച്ചില്ലെങ്കിൽ പെട്ടെന്ന് നാശമാകുന്ന ഒന്നാണല്ലോ മനസ്. ജാതിയുടെയും മതത്തിന്റെയും അസൂയയുടെയും പൊടിയും കാട്ടും പിടിച്ച് മലിനമാകുന്ന പുരയിടങ്ങളാണ് മനുഷ്യന്റെ മനസ്സുകൾ. അവയെല്ലാം അവയെല്ലാം അടിച്ച കളഞ്ഞു ചെത്തി പറിച്ച് വൃത്തിയാക്കുമ്പോൾ

ആണ് മറ്റുള്ളവർക്ക് നമ്മുടെ മനസ്സിൽ താമസിക്കാൻ ആവുക "ഇതെല്ലാം വിശ്വനാഥൻ മാസ്റ്ററുടെ ചിന്തകളും പ്രവർത്തികളമായിരു ന്നു.അങ്ങനെ ഉള്ള ഒരാളടെ വീട് ഇങ്ങനെ കിടക്കുന്നതിൽ ശാരികയ്ക്ക് സങ്കടം തോന്നി. എന്തു ചെയ്യാം തന്റെജോലിയും സ്റ്റോക്ക് വന്നതിൽ പിന്നെഅച്ഛന്റെ ആരോഗ്യ പരിപാലനവും സൗകര്യമായി ചെയ്യുന്ന തിന് നഗരത്തിലേക്ക് മാറുകയല്ലാതെ മറ്റ വഴിയില്ലായിരുന്നു. നഗര ത്തിലേക്ക് താമസം മാറിയ അന്ന് അച്ഛൻ എടുക്കാൻ മറന്നതാണ് അച്ഛന്റെ ഡയറിക്കുറിപ്പുകൾ. അന്നുതൊട്ട് ഇടയ്ക്കിടെ ഓർമിപ്പിക്കും "നീ അതൊന്ന പോയി എടുത്തുകൊണ്ടു വരണം, ചിതലുപിടിച്ച് പോയാൽ പിന്നെയത് നഷ്ടമാകും"

അതിന കൂടിയാണ് ഇന്നിങ്ങോട്ട് വന്നത്. അച്ഛന്റെ ഡയറിക്ക റിപ്പുകൾ ദിവസത്തിന്റെ പ്രത്യേകതകൾ അല്ല രേഖപ്പെടുത്തുന്നത്. അച്ഛന്റെ മനസ്സിനെ സ്വാധീനിച്ച കാര്യങ്ങൾ ചെറിയ ബുക്കുകളിൽ ആയി എഴുതി സൂക്ഷിക്കാറാണ് പതിവ്. പലപ്പോഴും അതുകൊണ്ടത ന്നെ അതിനെ ഡയറി എന്ന് വിളിക്കാനും കഴിയാതെ വരും.അച്ഛന്റെ ആത്മാംശങ്ങൾ രേഖപ്പെടുത്തുന്ന നോവിന്റെയും, നേരിന്റെയും അനു ഭവങ്ങളാണ് അത്തരം ബുക്കുകളിൽ ഉള്ളതെന്ന് അമ്മ പറയാറുണ്ട്. ശാരിക വീടിനകത്ത് കയറി.എലിയും പാറ്റയും എല്ലാം തിരക്കിട്ട് മറവുകളെ ലക്ഷ്യമാക്കി പാഞ്ഞു.രാധ ചേച്ചി വീട് വൃത്തിയാക്കാൻ വരാമെന്ന് പറഞ്ഞിരുന്നതാണ്. കണ്ടില്ലല്ലോ എന്ന് അവൾ മനസ്സിൽ ഓർത്തു.പൊടി പിടിച്ച കിടക്കുന്ന മേശപ്പുറത്തുനിന്നും അച്ഛന്റെ ഡയറി ക്കുറിപ്പുകളുടെ ബാഗ് അവൾ തപ്പിയെടുത്തു പുറത്തേക്ക് കൊണ്ടുവന്നു. ഡാഷ്ബോർഡിൽ നിന്നും ടിഷ്യു പേപ്പർ എടുത്ത് തുടച്ച വൃത്തിയാക്കി. കുറെ അധികം ചെറിയ നോട്ടുബുക്കുകൾ. വെറുതെ ഓരോന്നായി മറിച്ച നോക്കി

"എന്റെ അനാമിക." ഒരു ബുക്കിന പുറത്തുള്ള ക്യാപ്ഷൻ അവളടെ കണ്ണുകളെ വിടർത്തി. അവൾ ആ ബുക്കിന്റെ താളകളില്ലൂടെ മെല്ലെ കണ്ണോടിച്ചു.

ചിറക്കടവ് ഹൈസ്ക്കൂളിലെ ആദ്യ ദിവസമായിരുന്ന ഇന്ന്. അപരി ചിതമായ ഒരു ലോകത്തിലേക്ക് ഞാൻ തനിയെ കടന്ന വരികയാണ്. വലിയ ആഡംബരങ്ങൾ ഒന്നുമില്ലാത്ത ഒരു തനി നാടൻ പെണ്ണാണ് ചിറക്കടവ്. തലയിൽ ചൂടുന്ന പൂവും നെറ്റിയിൽ തൊടുന്ന പൊട്ടും വലിയ അലങ്കാരങ്ങൾ ആണെങ്കിൽ ചിറക്കടവിന്റെ അലങ്കാരങ്ങൾ ചിറക്കടവ് ഹൈസ്ക്കൂളും അവിടെയുള്ള റേഷൻ കടയും മാത്രമാണ്. സാധാരണ ഒരു നാട്ടിൻപ്പുറത്തിന വേണ്ട സാധനങ്ങൾ കിട്ടുന്ന വേലുവേട്ടന്റെ കടയും

പിന്നെ ശശിയേട്ടന്റെ ചായക്കടയും. ഇത്രയും ആഡംബരങ്ങളെ ചിറ ക്കടവിന് സ്വന്തമായി ഉള്ളൂ.

10 ബി ക്ലാസിലെ പുറകിലെ ബെഞ്ചിൽ അറ്റത്ത് ഇരുന്ന് നക്ഷത്ര കണ്ണുള്ളവൾ ആയിരുന്ന അനാമിക. അല്പം കറുത്ത ചുരുണ്ട മുടിയോടെ തലതാഴ്തിയിരിക്കുന്ന ഉയരം കുറഞ്ഞവൾ. അവളുടെ ഉയരക്കുറവ് ആകാം ഒരു പക്ഷേ തന്നെ അവളിലേക്ക് ശ്രദ്ധ ക്ഷണിപ്പിച്ചത്. എന്തെല്ലാമോ യാന്ത്രികമായി എഴുതുന്ന എന്നല്ലാതെ ക്ലാസിൽ പഠിപ്പിക്കുന്നതൊന്നും അവളിലേക്ക് ഇറങ്ങുന്നില്ലെന്ന് എനിക്കിന്ന് മനസ്സിലായി. ക്ലാസ് ടീച്ചർ ആയ രാജൻ സാറിനോട് ഞാൻ അവളെപ്പറ്റി അന്വേഷിച്ചു "ആ കൊച്ച് അങ്ങനെയാ സാറേ.. ഞാൻ എട്ടാം ക്ലാസ് മുതൽ കാണുന്നതല്ലേ ഒന്നും പഠിക്കില്ല... മുഖത്തേക്ക് നോക്കില്ല അങ്ങനെ ഇരുന്നോളും മറ്റ് ശല്യങ്ങൾ ഒന്നുമില്ല അത് ജയിക്കാൻ ഒന്നും പോണില്ല." പരിണിതപ്ര ജ്ഞനായ ക്ലാസ് അധ്യാപകന്റെ വാക്കുകളോട് മറിച്ചൊന്നും പറയാൻ തോന്നിയില്ല

ഉച്ച ഭക്ഷണം കഴിക്കാതിരിക്കുന്ന അനാമികയെ കണ്ടു അടുത്തേക്ക് വിളിച്ചു.മുഖത്തേക്ക് നോക്കുക പോല്യം ചെയ്യാതെ അവൾ തലതാഴ്തി അടുത്തുനിന്നു. ചോറ് എടുക്കാൻ മറന്നു പോയി എന്ന് എന്നോട് പറഞ്ഞത് കള്ളമാണെന്ന് എനിക്ക് തോന്നി സ്കൂളിൽ നിന്ന് കഴിക്കാൻ പറഞ്ഞതും പുറത്തുനിന്ന് വാങ്ങിത്തരാമെന്ന് പറഞ്ഞതും അവൾക്ക് സമ്മതമായിരുന്നില്ല.

ഇന്ന് അനാമിക ആദ്യമായി ചിരിച്ചു. ബോർഡിൽ വരച്ചിരുന്ന പരിവൃത്തം വരയ്ക്കാൻ പരാജയപ്പെട്ട അവൾക്ക് നോട്ട് ബുക്കിൽ ഞാൻ വരച്ചു കൊടുത്തപ്പോൾ അവളിൽ നിന്നൊരു പുഞ്ചിരി ഉയർന്നു. വരച്ചു ലഭിച്ച പടവുമായി അവൾ അഭിമാനത്തോടെ ഇരിക്കുന്നത് കണ്ടു. പരിഗണനയും അഭിനന്ദനങ്ങൾ ആണ് ലോകത്തിലെ എല്ലാവർക്കും വേണ്ടതെന്ന് ഞാൻ ഒരിക്കൽ കൂടി തിരിച്ചറിയുന്നു

അനാമിക കുറച്ചുകൂടി ആത്മാർത്ഥമായി എഴുതാൻ തുടങ്ങിയിട്ടുണ്ട് ബോർഡിലും അപ്പുറത്തിരിക്കുന്നവരുടെ ബുക്കിലും നോക്കിയെഴുതാൻ ഉള്ള ശ്രമങ്ങൾ ആരംഭിച്ചിട്ടുണ്ട്. ചിരിക്കാനും എന്തൊക്കെയോ പറയാനും അവൾ ആഗ്രഹിക്കുന്നുണ്ട്.

ഉച്ചഭക്ഷണം വിളമ്പി തിരിച്ചുവരുമ്പോൾ അനാമികയെ കണ്ടു ചുരി ദാറിന്റെ ഷാളിൽ ഒളിപ്പിച്ചു വച്ചിരുന്ന രണ്ട് നെല്ലിക്ക എനിക്ക് തന്നു.

"നിങ്ങളേ ഉള്ളൂ എന്നെ നോക്കുന്ന സാറ്" അവൾ പറഞ്ഞു. പരിഗ ണനയാകും അവൾ ഉദ്ദേശിച്ചത്.

"ഞങ്ങളുടെ കുറവൻകുന്നിലെ നെല്ലിയിലേതാണ്" ആദ്യമായി അനാമികയുടെ ശബ്ദം ഞാൻ കേട്ടു.

നാളെ പത്താം ക്ലാസിലെ വിദ്യാർത്ഥികളുടെ ഭവന സന്ദർശന മാണ്. അനാമികയുടെ വീടിന്റെ ഭാഗമാണ് എനിക്ക് പോകേണ്ടത്. കുറവൻ കുന്നിന്റെ അടിഭാഗം. കുട്ടികളെ വിളിച്ച കൂട്ടി ഓരോരുത്തരു ടെയും താമസസ്ഥലം ചോദിച്ചവച്ച

ഇന്ന് കുറവൻകുന്ന സന്ദർശിച്ചു. രണ്ട വലിയ കുന്നുകൾ ഒന്നായി ചേർന്ന് വലിയൊരു മലപോലെ രൂപപ്പെട്ടിരിക്കുന്നു. മലയിൽ നിറയെ കാട്ടമരങ്ങൾ ഉണ്ട്. മലയുടെ ഒരു ഭാഗം നിറയെ പാറകളാണ്. ആർത്തി മൂത്ത മനുഷ്യൻ അവിടെ പാറ പൊട്ടിക്കൽ തുടങ്ങിയിട്ടുണ്ട്. പ്രദേശവാസികൾ ചിലർ എതിർത്തതുമൂലം തൽക്കാലം നിർത്തിവച്ചി രിക്കുകയാണ്. അനാമികയുടെ വീട്ടിൽ 10 മണിക്ക് എത്തും എന്നാണ് അറിയിച്ചിരുന്നത് എങ്കിലും വെയിലിന്റെ കാഠിന്യം എത്തും മുമ്പേ വീട്ടുകളുടെ സന്ദർശനം പൂർത്തിയാക്കാൻ 8:30ന് അവളുടെ വീട്ടിലെ ത്തി. സർക്കാർ സൗജന്യമായി നൽകിയ രണ്ട മുറികളുള്ള ഒരു വീട്. വെട്ടുകല്ലുകൊണ്ട് കെട്ടിയ വീടിന്റെ കട്ടകൾക്കിടയിൽ ഉള്ള സിമൻറ് അടർന്ന വീണിട്ടുണ്ട്. സിമന്റ് ചെയ്ത തറകൾ പൊട്ടിപ്പൊളിഞ്ഞിട്ടുണ്ട്. വീട്ടിലേക്ക് ചെല്ലുമ്പോൾ പൊട്ടിയ സിമൻറ് തറ വെള്ളമൊഴിച്ച് കഴ കുകയാണ് അനാമിക നൈറ്റിയിട്ട് നൈറ്റിയുടെ ഒരു ഭാഗം അരയിലേ ക്ക് കുത്തി ഒരു വീട്ടമ്മയെ പോലെ വലിയ ജോലിയിലാണ്. എന്നെ കണ്ടപ്പോൾ രണ്ട് കൈയും തലയിൽ വച്ച് "സാർ ഇപ്പോഴേ വന്നു.. പത്തുമണി എന്നല്ലേ പറഞ്ഞത്? സാറ് വരുമെന്ന് പറഞ്ഞതിന് വൃത്തിയാക്കുകയായിരുന്നു. അമ്മ പണിക്ക് പോയി." അകത്തേക്ക് കയറാൻ ആവാത്ത വിധം തറയിൽ വെള്ളമുണ്ട്. പൊട്ടിയ തറയിലെ തറയിലെ കുഴികളിൽ വെള്ളം കെട്ടി നിൽക്കുന്നു. "സാറെ ഇരിക്കാൻ കസേര ഇല്ലല്ലോ" അവളുടെ ദൈന്യത പുറത്തുവന്നു. ഞാൻ തേച്ചിട്ടി ല്ലാത്ത വീടിന്റെ അര ഭിത്തിയിൽ കയറിയിരുന്നു. "അത് സാരമില്ല ഇത് ധാരാളമാണ്." ഞാൻ അവളെ സമാധാനിപ്പിച്ചു.

"മാഷേ ചായ എടുത്താലോ? ഇന്നലെ ചായപ്പൊടിയും പഞ്ചാരയു മൊക്കെ വാങ്ങിയിട്ടുണ്ട്. മിച്ചറും വാങ്ങിയിട്ടുണ്ട്. മാഷ് കുടിക്കുമോ എന്റെ വീട്ടിൽ നിന്ന്?"

അവളുടെ ചോദ്യം മനസ്സിലൊരു വേദനയായി പടർന്നിറങ്ങി. ജാതിയും അടിസ്ഥാന സൗകര്യവും നോക്കി മനുഷ്യന്മാരെ തരംതിരി ക്കുന്ന ഈ സമൂഹത്തോടുള്ള ഒരു കൊഞ്ഞനം കുത്തലായി ആ ചോദ്യം

മാറ്റുന്നത് ഞാൻ മനസ്സിലാക്കി.

"തീർച്ചയായും.. പക്ഷേ നീ പത്താം ക്ലാസിലെ കൊല്ലപരീക്ഷ ജയി ച്ചിരിക്കണം അതെനിക്ക് നിർബന്ധമാണ്."

"എന്നെക്കൊണ്ട് പറ്റം പോലെ നോക്കാം സാറേ." അവളുടെ വാക്ക്.

ചായയും മിക്സ്ചറും കഴിച്ച് നന്നായി പരീക്ഷ എഴുതാൻ കഴിയട്ടെ എന്ന് ആശംസിച്ച് ഒരു പാർക്കർ പേന സമ്മാനമായി നൽകി പടി യിറങ്ങുമ്പോൾ അവൾ നോക്കി നിൽക്കുന്നുണ്ടായിരുന്ന

ഇന്നായിരുന്ന എസ്എസ്എൽസി യുടെ ഫലം. അധ്യാപക ട്രെയി നിങ്ങിൽ ഇരിക്കുമ്പോൾ അനാമികയുടെ കോൾ "ഞാനാ അനാമിക... ഞാൻ ജയിച്ച മാഷേ ഞാൻ കണക്കിന് ജയിച്ച." ഫോൺ കട്ടായി. നമ്പറിലേക്ക് തിരിച്ച വിളിച്ചപ്പോൾ അവൾ പറഞ്ഞു "ഫോണിലെ പൈസ കഴിഞ്ഞതാമാഷേ."

എന്നെപ്പോലെ ഡേറ്റയും കോളം ചേർന്ന് കോമ്പോ ചാർജിങ് ഒന്നും സാധ്യമല്ലാത്ത അവളുടെ കോളിന് ലക്ഷങ്ങളുടെ വിലയുണ്ടെന്ന് എനിക്ക് തോന്നി. അധ്യാപക ജീവിതത്തിലെ എസ്എസ്എൽസി ഫലങ്ങളിൽ ജയിച്ച എന്ന് പറഞ്ഞ വിളിച്ച ഒരേ ഒരു കുട്ടി അനാമിക യാണ്. അവളുടെ വിജയത്തിന് സ്കൂളിലെ ആകെ 'എ പ്ലസ്' കളെക്കാൾ വിലയുണ്ട്.

ഇന്ന് പുതിയ അധ്യയന വർഷം

അനാമിക വന്നത് അനുജത്തിയുടെ കൈ പിടിച്ചാണ് "സാറേ ഇവൾ അനുജത്തി ആതിര. ഇവളെയും എന്നെ ജയിപ്പിച്ച മാതിരി ജയിപ്പിക്കണം ട്ടോ."

എസ്എസ്എൽസിക്ക് ജയിച്ചത് ഞാൻ മാർക്കിട്ടാണെന്ന് വിശ്വ സിച്ച ജീവിക്കുന്ന പാവം കുട്ടി.

ഇന്ന് ഏറ്റവും വേദനയുള്ള ദിവസം ആഗസ്റ്റ് 15 സ്വാതന്ത്ര്യ ദിനമാണ്. ദേശീയപതാക ഉയർത്തലില്ല. രണ്ടാഴ്ചയായി സ്കൂളിന് ക്ലാസ്സ് ഇല്ല. കനത്ത മഴയാണ്.പുറം ലോകവുമായി ചിറക്കടവ് ഗ്രാമം ബന്ധം വിച്ഛേദിച്ച് കിടക്കുക ആയിരുന്ന ഇത് വരെ.

ആഗസ്റ്റ് എട്ടിന് പെയ്ത കനത്ത മഴയിൽ കുറവൻ കുന്നിലെ ഒരു കുന്ന് മൺകുമ്പാരമായി ഒലിച്ചിറങ്ങി ചിറക്കടവ് ഗ്രാമത്തിന്റെ ഒരു ഭാഗത്തെ മൂടിക്കളഞ്ഞു.

60 ഓളം മനുഷ്യജീവനുകളാണ് പൊലിഞ്ഞത്. മണ്ണിനിടയിൽ നിന്ന്

   ഒറ്റമരത്തണലിൽ

വലിച്ചെടുത്തത് മുഴുവൻ ജീവനില്ലാത്ത ശരീരങ്ങളെ ആയിരുന്നു. ഇന്നും തിരച്ചിൽ തുടരുകയാണ് മണ്ണിടിഞ്ഞ് വീണ സ്ഥലത്തൂകൂടി ചെന്നപ്പോൾ അറിഞ്ഞു. അനാമിക താമസിച്ച ആ വീട് അവിടെയില്ല. അവളുടെ കുടുംബത്തെ മുഴുവൻ കാണാനുമില്ല. താൻ നിൽക്കുന്ന മണ്ണിനടിയിൽ എവിടെയോ അനാമികയും ആതിരയും കിടപ്പുണ്ട് എന്ന തോന്നൽ എന്റെ കാൽപാദങ്ങളെ അസ്വസ്ഥമാക്കി. കണ്ണുനിറഞ്ഞ് തിരികെ നടക്കുമ്പോൾ പുതിയതായി ഉത്ഭവിച്ച വെള്ളത്തിന്റെ ചാലിനരികിൽ കുറെ സാധനങ്ങൾ കുന്നു കൂടി കിടക്കുന്നത് കണ്ടു. വീടുകളിലേക്ക് കുത്തി ഒലിച്ചിറങ്ങിയ വെള്ളം നിക്ഷേപിച്ചു പോയ പാത്രങ്ങളും, വസ്ത്രങ്ങളും, ബുക്കുകളും, ബാഗുകളുമൊക്കെ. അതിനിടയിൽ കണ്ടു ഞാൻ അവൾക്കു കൊടുത്ത ആ പാർക്കർ പേന ഒരു ചെടിയിൽ കുരുങ്ങി കിടക്കുന്നു. എടുത്ത് നെഞ്ചോട് ചേർത്ത് പിടിച്ചു. ഓർമ്മയിലിനി സൂക്ഷിക്കാൻ അനാമിക എനിക്കു തന്നു പോയത്. മണ്ണ് മാന്തുന്നവർക്കായി ശശി യേട്ടന്റെ കടയിൽ ഒരുക്കിയ കട്ടൻ ചായയും മിക്ച്ചറും കഴിക്കാൻ വേല്യവേട്ടൻ എന്നെ ക്ഷണിച്ചെങ്കിലും എനിക്കത് കുടിക്കാൻ കഴിയു മായിരുന്നില്ല. ചായയും മിക്ച്ചറും നീട്ടി നിൽക്കുന്ന അനാമിക മനസ്സിൽ തെളിഞ്ഞു വരുന്നു. കുഞ്ഞനുജത്തിയുടെ കൈപിടിച്ച് ഗേറ്റ് കടന്നുവ ന്ന അനാമിക മുന്നിൽ നിൽക്കും പോലെ. കുറഞ്ഞ കാലം കൊണ്ട് ഒത്തിരി ഓർമ്മകളെ മനസ്സ് സൂക്ഷിക്കാൻ തന്ന് വിടപറഞ്ഞ അനാമിക തന്നെയാണ് സ്ക്ൂൾ ജീവിതത്തിലെ ഏറ്റവും വലിയ നൊമ്പരം.

ശാരികയുടെ കണ്ണുനീർ വീണ് ഡയറിയുടെ താളുകൾ നനഞ്ഞു.

"മുഴുവൻ പൊടിയാ കുട്ടീ" രാധ ചേച്ചി ച്ലല്യമായി വരികയാണ് വീട് വൃത്തിയാക്കാൻ.

"ശരിയാ കണ്ണിൽ ആകെ പൊടി വീണു." നിറഞ്ഞ കണ്ണുകളെ തുടച്ചുകൊണ്ട് ശാരിക പറഞ്ഞു. മുഖമില്ലാത്ത അനാമിക ശാരികയുടെ ഹൃദയത്തിലേക്ക് നടന്നു കയറുകയായിരുന്നു.

ഗോൾ

ഗോാാ^{ൾ....} സ്റ്റേഡിയം ഇളകി മറിഞ്ഞു. കേരളവും പഞ്ചാബ്യം തമ്മിലുള്ള സന്തോഷ് ട്രോഫി മത്സരത്തിന്റെ എക്സ്ട്രാ ടൈമായിരുന്ന. ഗോൾ പോസ്റ്റിന്റെ വലതുഭാഗത്ത് നിന്നും ഏകദേശം കോർണർ കിക്കിനോളം സമാനമായ ആംഗിളിൽ ലഭിച്ച ഫ്രീ കിക്ക്. ഷോട്ട് ഉതിർക്കുന്നത് സബ്സ്റ്റിറ്റ്യൂട്ടായി ഇറങ്ങിയ അജ്മൽ ജവാദ്. പതിനായിരങ്ങളുടെ കൈയ്യടിയിൽ സ്റ്റേഡിയം ആവേശഭരിതമായി നിൽക്കെ... ഇടത് കാല് കൊണ്ട് തകർപ്പനൊരു ഷോട്ട് ഇടത് ഗോൾ പോസ്റ്റിനെ ഉരുമ്മി വലയിലേക്ക്... കേരളത്തിന് സന്തോഷ് ട്രോഫി കിരീടം.... അജ്മൽ ജവാദ് ഹീറോ... പഞ്ചാബിനെ തകർത്തു. ചാനലുകൾ വിവിധ തലക്കെട്ടുകൾ നൽകി അരങ്ങ് കൊഴുപ്പിച്ചു. ഒരു മിനിട്ടിൽ ഒരാളെ ഹീറോ ആക്കാനും സീറോ ആക്കി മാറ്റാനും ചാനലുകളോളം സാമർത്ഥ്യമുള്ളവരില്ല എന്നതാണ് സത്യം. വാർത്ത കണ്ടുകൊണ്ടിരുന്നതിനിടയിലാണ് കളിയുടെ ലൈവ് സംപ്രേഷണം ചെയ്തത്. കളിയോട് വലിയ താൽപര്യം പുലർത്താതിരുന്ന വിജയലക്ഷ്മി ടി.വി. ഓഫ് ചെയ്തു. ഫുട്ബോൾ കളിക്കുമ്പോൾ കളിക്കളത്തിൽ കുഴഞ്ഞ് വീണു മരിച്ച തന്റെ സഹോദരനായ അനിലിനെ ഓർമ വരുകയും അത് ഒരു നോവായി തോന്നുകയും ചെയ്യുന്നത് കൊണ്ടാണ് വിജയലക്ഷ്മി ഫുട്ബോൾ മത്സരം കാണുന്നത് ഒഴിവാക്കി തുടങ്ങിയത്. മനുഷ്യന്റെ ചില വിരക്തികൾക്ക് കാരണം ഒരു കാലത്ത് അവർക്ക് ആ സക്തി യായിരുന്ന കാരണങ്ങൾ തന്നെയാകാറുണ്ട്. അനിലിന്റെ മരണവും ഫുട്ബോൾ മത്സരവും തമ്മിൽ ബന്ധമില്ലെങ്കിലും ചിന്തകൾ മനസിനെ തളർത്തുന്നതായി അവർക്ക് തോന്നിയിട്ടുണ്ട്..

പിറ്റേ ദിവസം നഗരത്തിലേക്കുള്ള യാത്രാമധ്യേ റോഡിന്റെ

വശങ്ങളിലെല്ലാം "അജ്മൽ ജവാദിന് ജന്മനാടിന്റെ സ്വീകരണം." എന്ന ബോർഡ് തൂങ്ങിയിരുന്നു. മഞ്ഞയും ചുവപ്പും നീലയും ഇട കലർന്ന തോരണങ്ങൾ....കേരളത്തിന്റെ ഭൂപടത്തിനുള്ളിൽ സന്തോഷ് ട്രോഫി വെച്ച എൽ. ഇ ഡി ബോർഡുകൾ... ഫ്ലക്സുകൾ വഴി നീളെ മത്സരിച്ച് വെച്ച് വിജയമാഘോഷിക്കുന്ന ക്ലബ്ബ് പ്രവർത്തകർ.... ബസ്സിൽ യാത്രക്കാരിൽ പലരും അജ്മലിന്റെ ഗോളിനെ പറ്റി വാചാലരാകുന്നു. വിജയലക്ഷ്മി യുടെ മനസിലെവിടെയോ അജ്മൽ ജവാദിന്റെ ചിത്രം ഓർമകളെ തേടുകയായിരുന്നു. രണ്ട് വർഷം താൽക്കാലിക വേതനക്കാരിയായി സ്ക ളിലുണ്ടായിരുന്നു. പിന്നീട് പന്ത്രണ്ട് വർഷത്തെ പ്രവാസ ജീവിതത്തിന് ശേഷം നഗരത്തിലെ അൺ എയിഡഡ് കോളേജ് പ്രിൻസിപ്പാളായി ജോലി ചെയ്യുകയാണ്. ആ കാലയളവിലെവിടെയോ കണ്ട ഒരോർമ്മ. ആൺകുട്ടി കൾ മുതിർന്നവരാകുമ്പോൾ സംഭവിക്കുന്ന രൂപമാറ്റം പലപ്പോഴും പ്രവചനാതീതമാകാറുണ്ട്. സഹോദരനായ അനുജന്റെ മരണം വിജയലക്ഷ്മിയെ വല്ലാതെ തളർത്തിയിരുന്നു. അതിൽ നിന്ന് മോചനത്തിനായാണ് വിജയലക്ഷ്മിയെ ഭർത്താവ് മോഹനൻ ഗൾഫിലേക്ക് കൊണ്ട് പോയത്. അവിടെ ഇന്ത്യൻ സ്ക്കൂളുകളിൽ ജോലി ചെയ്യുകയും ക്രമേണ മക്കളടെ ഉന്നത വിദ്യാഭ്യാസത്തിനായ് നാട്ടിലേ ക്ക് തിരിച്ച വരികയും ചെയ്തു.

ടൈൽസ് പാകി വൃത്തിയാക്കിയ നടപ്പാതക്ക് ഇരു വശവും സുന്ദര മായ ചെടികൾ പൂത്തു നിന്നിരുന്നു. വെയിലിന് ശക്തി കൂടി വരികയാണ്. വിജയലക്ഷ്മി ബാഗ് തുറന്ന് കുടയെടുത്ത് കോളേജിനെ ലക്ഷ്യമാക്കി നടന്നു.

"പ്രിൻസിപ്പാൾ" എന്നെഴുതിയ ബോർഡുള്ള വാതിലിന് മുമ്പിൽ വാർഡ് കൗൺസിലർ കുട്ടനും മറ്റ ചിലരും കാത്ത് നിന്നിരുന്നു

"ഗുഡ് മോണിങ്ങ് ടീച്ചറേ..." ടീച്ചറെ കാത്ത് നിൽക്കുകയായിരുന്നു

"ഗുഡ് മോണിങ്... എന്താ എല്ലാരും കൂടി?"

വശ്യമായി പുഞ്ചിരിച്ച് വിജയലക്ഷ്മി ചോദിച്ചു.

"നാളെ ഈ കോളേജിനോട് ചേർന്ന് കിടക്കുന്ന ഈ ഗ്രൗണ്ടിലാണ് നമ്മുടെ അജ്മൽ ജവാദിനെ സ്വീകരിക്കാനുള്ള വേദിയൊരുങ്ങുന്നത്. മാനേജ്മെന്റിനോട് അനുവാദം ചോദിച്ചിട്ടുണ്ട്. ടീച്ചർ ആശംസ അർപ്പി ച്ച് സംസാരിക്കണം. മാത്രമല്ല കോളേജിലെ പ്രോഗ്രാമിന് ഉപയോ ഗിക്കുന്ന വർണ്ണ കുടകൾ സ്വീകരണത്തിനായി നൽകുകയും വേണം. ഉച്ചകഴിഞ്ഞ് കോളേജിന് അവധി നൽകേണ്ടിവരും. എംഎൽഎ യൊക്കെ പങ്കെടുക്കുന്ന ചടങ്ങാണ്.''

"ഓ അതിനെന്താ? എന്റെ എല്ലാവിധ സഹകരണങ്ങളും ഉണ്ടാകും." വിജയലക്ഷ്മി ഉറപ്പ നൽകി.

കോളേജിന്റെ ഗേറ്റ് മുതൽ മൈതാനത്തിൽ താൽക്കാലികമായി കെട്ടി ഉയർത്തിയ വേദി വരെ തോരണങ്ങൾ അലങ്കരിച്ചിട്ടുണ്ട്. മൈതാനത്തിന്റെ ഭാഗങ്ങളിലായി സജ്ജീകരിച്ചിട്ടുള്ള ഉച്ചഭാഷിണികളിൽ നിന്ന് കാതടപ്പിക്കുന്ന തരത്തിലുള്ള സംഗീതം ഉയർന്നുകേൾക്കുന്നു. മൈതാനത്തിന് വിവിധ ഭാഗങ്ങളിൽ ചെറിയ കൂട്ടങ്ങളായി നിലയുറപ്പിച്ച വിദ്യാർത്ഥികൾ സംഗീതത്തിന്റെ താളത്തിനനുസരിച്ച് നൃത്തം ചെയ്യുന്നു. മുഖ്യാതിഥിയെ സ്വീകരിക്കാനായി വിദ്യാർത്ഥിനികൾ പട്ടുപാവാടയും ബ്ലൗസും ധരിച്ചും, പട്ടുസാരിയുടുത്തും കേരളീയ വേഷം ധരിച്ചും താലപ്പൊലിയേന്തി നിൽക്കുന്നു.

മുനിസിപ്പൽ കൗൺസിലർമാർ തങ്ങളാലാകുന്ന വിധത്തിൽ പരിപാടി തങ്ങളുടേതാക്കി മാറ്റാൻ ശ്രമിക്കുന്നു. ബാൻഡ് മേളക്കാർ തയ്യാറെടുത്തു നിൽക്കുന്നു. മൈതാനത്തിന് വടക്കേ ഭാഗത്ത് കരിമരുന്ന് പ്രയോഗത്തിനുള്ള ചുറ്റവട്ടങ്ങൾ നടത്തുന്നു. ഉച്ചഭാഷിണിയിൽ ഇടയ്ക്കിടെ പരിപാടിയെ കുറിച്ചുള്ള അനൗൺസ്മെന്റ് ഉയരുന്നു. ഇങ്ങനെ ഒരു ഉത്സവത്തിന്റെ തിര തല്ലൽ കണ്ടു നിൽക്കുന്നവർക്ക് ലഭ്യമാകുന്ന വിധം വലിയൊരു ആഘോഷ തിമിർപ്പിലാണ് എല്ലാവരും.

"വന്യതയാർന്ന പഞ്ചാബിന്റെ നീക്കങ്ങളെ, ഫുട്ബോളിന്റെ മാസ്മരിക സൗന്ദര്യത്താൽ നേരിട്ട്, ജനഹൃദയങ്ങളുടെ മനസ്സിൽ ഇടം നേടിയ കേരള ടീമിന്റെ വിജയത്തിന്റെ അമരക്കാരൻ, നമ്മുടെ നാടിന്റെ സ്വകാര്യ അഹങ്കാരവും അഭിമാനവുമായ.... അജ്മൽ ജവാദ്. ഇതാ ജന്മനാടിന്റെ സ്വീകരണങ്ങൾ ഏറ്റുവാങ്ങാൻ..... ഈ വഴിയോരങ്ങളെ ധന്യമാക്കിക്കൊണ്ട് കടന്നു വരികയാണ്."

അനൗൺസ്മെന്റ് വാഹനത്തിൽ നിന്നും ശബ്ദം മുഴങ്ങി. അതിനു പിന്നാലെ തുറന്ന ജീപ്പിൽ ചുറ്റും കൂടിയ ആയിരങ്ങളെ സാക്ഷിയാക്കി അജ്മൽ ജവാദ് ഇരുകൈകളും വീശി ജനക്കൂട്ടത്തെ അഭിവാദ്യം ചെയ്ത് വേദിയിലേക്ക് മൈതാനം ചുറ്റി കടന്നുവന്നു. മൈതാനത്തിന് വടക്കേ അറ്റത്തുനിന്നും കാതടപ്പിക്കുന്ന, കണ്ണഞ്ചിപ്പിക്കുന്ന കരിമരുന്ന് പ്രയോഗം തുടങ്ങി. വേദിയിലേക്ക് അജ്മൽ ജവാദിനെ ആനയിച്ചിരുത്തി. പൂച്ചെണ്ടുകൾ നൽകി. എംഎൽഎ അടക്കമുള്ള പൗരപ്രമുഖർ അജ്മൽ ജവാദിന് ഹസ്തദാനം നൽകിക്കൊണ്ടിരുന്നു. വിജയലക്ഷ്മി കൈ നൽകാൻ ഒരുങ്ങവേ അജ്മൽ ജവാദ് ടീച്ചറുടെ കൈപിടിച്ച് വിലക്കി. ടീച്ചറുടെ കാൽ തൊട്ടു വന്ദിച്ചു.

"ടീച്ചർക്ക് എന്നെ മനസ്സിലായോ? ഞാൻ അജ്മൽ എം സി."

വിജയലക്ഷ്മി ടീച്ചറുടെ ഓർമ്മകൾ വർഷങ്ങൾ പിന്നിലേക്ക് തിരിഞ്ഞു നടന്നു. താൽക്കാലിക ജീവനക്കാരിയായി എടവക്കാട് ഹൈസ്കൂളിൽ ജോലി നോക്കുന്ന സമയത്ത് പത്താം ക്ലാസിലെ തന്റെ വിദ്യാർഥിയായിരുന്ന അജ്മൽ എം സി.

അജ്മൽ ടി, അജ്മൽ എംസി എന്ന രണ്ട വിദ്യാർത്ഥികൾ ഉണ്ടാ യിരുന്നത് കൊണ്ട് തന്നെ അജ്മൽ എം സി യെ എല്ലാവരും എംസി എന്ന് മാത്രമാണ് വിളിച്ച കൊണ്ടിരുന്നത്. എങ്കിലും കൗതുകത്തിന് ഒരിക്കൽ അവനോട് ചോദിച്ച "എന്താണ് എം സിയുടെ പൂർണ്ണരൂപം" എന്ന്.

"മൂച്ചിക്കൽ ചെറിയാപ്പ."

എന്ന് അവൻ മറുപടിയും പറഞ്ഞു രക്ഷകർത്താക്കളുടെ മീറ്റിങ്ങിൽ സ്ഥിരമായി അവന്റെ ഉമ്മ നബീസയാണ് വന്നുകൊണ്ടിരുന്നത്. ഫുട്ബോൾ ഭ്രാന്തനായിരുന്ന അജ്മൽ. പഠനത്തിൽ പിന്നോക്കവും ആയിരുന്നു. പഠനവും ഫുട്ബോളും ഒരുമിച്ച കൊണ്ടുപോകണം എന്ന് പലതവണ അവനെ ഉപദേശിച്ചിരുന്നു. നാട്ടിലെ പ്രമാണിയായ കരീം ഹാജിയുടെ വീട്ടിലെ ജോലിക്കാരായിരുന്ന നബീസയും ഭർത്താവും. അവിടെനിന്ന് ലഭിക്കുന്ന സഹായത്തോടെയാണ് അവർ കുടുംബം പുലർത്തിയിരുന്നത്. ഏക മകനായിരുന്ന അജ്മൽ. അതുകൊണ്ടത ന്നെ നബീസക്ക് അവന്റെ പിന്നോക്കാവസ്ഥയിൽ വലിയ സങ്കടവും ഉണ്ടായിരുന്നു. എങ്കിലും വിജയലക്ഷ്മി അവരെ ആശ്വസിപ്പിച്ചിരുന്നു. "അവനൊരിക്കൽ വലിയ ഫുട്ബോൾ കളിക്കാരൻ ആകും... അന്ന് ഉമ്മാടെ സങ്കടമൊക്കെ മാറും. ഇത്തിരി കൂടിയൊക്കെ പഠിക്കാൻ പറഞ്ഞാൽ മതി"

ഓരോ തവണയും പ്രോഗ്രസുകാർഡിൽ ഒപ്പിടുമ്പോൾ നബീസയുടെ കണ്ണുകൾ നിറഞ്ഞിരുന്നു. വിറയാർന്ന കരങ്ങളോടെ വികലമായ അക്ഷ രത്തിൽ അവ്യക്തമായി "നബീസ" എന്ന് പേര് എഴുതി അടിയിൽ ഒരു വര വരച്ച് വെക്കുന്നതായിരുന്ന അവരുടെ ഒപ്പ്. ആ സങ്കടം കാണുമ്പോൾ പലപ്പോഴും അജ്മലിനോട് ദേഷ്യം തോന്നിയിരുന്നു.

ക്ലാസ് ടീച്ചർ ആയിരുന്ന സുധാകരൻ സാർ കാലൊടിഞ്ഞു കിട പ്പിലായപ്പോൾ ഒരാഴ്ച ക്ലാസ് ടീച്ചർ സ്ഥാനവും വിജയലക്ഷ്മിക്ക് കിട്ടി. അപ്പോഴായിരുന്ന എസ്എസ്എൽസി ബുക്കിൽ ചേർക്കേണ്ടതിനായി വിദ്യാർത്ഥികളുടെ ജനന സർട്ടിഫിക്കറ്റ് ക്ലാസിൽ വെരിഫിക്കേഷൻ നടത്തിയത്. അജ്മൽ മാത്രം ജനന സർട്ടിഫിക്കറ്റ് നൽകിയില്ല."

പഠനത്തിന് കാര്യത്തിലോ പിന്നിലാണ്.. അനുസരണയെങ്കിലും വേണ്ടേ?" എന്ന് ക്രുദ്ധയായി ചോദിക്കുമ്പോൾ അജ്മലിന്റെ കണ്ണുകൾ നിറഞ്ഞിരുന്നു.

അടുത്ത മൂന്നുദിവസം അജ്മൽ ക്ലാസിൽ ഹാജരായില്ല. അന്ന് മടങ്ങും വഴി വിജയലക്ഷ്മി വഴിയിൽ വച്ച് അജ്മലിനെ കണ്ടു. പനിയാ യിരുന്നു എന്ന് അവൻ കാരണം ബോധിപ്പിച്ചു.നാളെ നിർബന്ധമായും സർട്ടിഫിക്കറ്റ് കൊണ്ടുവരണമെന്ന് അവനോട് പറഞ്ഞു. പിറ്റേദിവസം അജ്മൽ നബീസയെയും കൂട്ടി ജനന സർട്ടിഫിക്കറ്റമായി എത്തി. നബീസ കരയുന്നുണ്ടായിരുന്നു. ഒന്നും മനസ്സിലാകാതെ വിജയല ക്ഷ്മി ജനന സർട്ടിഫിക്കറ്റിലേക്ക് നോക്കിയപ്പോൾ അച്ഛന്റെ പേര് ചെറിയാപ്പ എന്നും അമ്മയുടെ പേര് ഫസീല എന്നും എഴുതിയത് കണ്ടു. "ഉമ്മായുടെ പേരിൽ തെറ്റുണ്ടല്ലോ?" വിജയലക്ഷ്മി പറഞ്ഞു.

നബീസയുടെ കരച്ചിൽ ഉറക്കെയായി. അജ്മൽ തിരിഞ്ഞു നിന്നു കരയുകയാവണം ഏറെ നേരത്തെ ആശ്വസിപ്പിക്കലിന് ശേഷം നബീസ ആ കഥ പറഞ്ഞു. നബീസയുടെ ചേച്ചിയാണ് ഫസീല. അജ്മലിന് ആറുമാസം പ്രായമുള്ളപ്പോൾ ചെറിയാപ്പ ഒരു വാഹന അപകടത്തിൽ മരിച്ചു. ഒരു വയസ്സുള്ളപ്പോൾ അജ്മലിനെ രാത്രിയിൽ തൊട്ടിലിൽ ഉപേക്ഷിച്ച് ഹസീന അയൽവക്കത്ത് ഉണ്ടായിരുന്ന മുജീബിനൊപ്പം നാട്ടുവിട്ടു. അന്നുമുതൽ നബീസയാണ് അജ്മലിന് ഉമ്മ. വിവാഹം കഴിക്കാൻ താല്പര്യം പ്രകടിപ്പിക്കാതിരുന്ന നബീസ കൈക്കുഞ്ഞി നെയുമായി നാട്ടുവിട്ട് കരീം ഹാജിയുടെ വീട്ടിൽ ജോലിക്ക് വരികയും അവിടെ വീട്ടുജോലി ചെയ്യവേ അവിടെ ജോലിക്ക് വന്ന വന്ന ജവാദ് തുണയാവുകയായിരുന്നു. നാട്ടുകാരെ സംബന്ധിച്ച് നബീസയും ജവാദും ഭാര്യാഭർത്താക്കന്മാരായിരുന്നു. അന്നുമുതൽ അജ്മൽ നബീസയെ ഉമ്മയെന്നും ജവാദിനെ ഉപ്പയെന്നും വിളിച്ച് ഇടങ്ങുകയായിരുന്നു. നാട്ടിലെ പുതിയ താമസക്കാരായതുകൊണ്ട് ആർക്കും ഈ കാര്യങ്ങൾ അറിവുണ്ടായിരുന്നില്ല. "എനിക്ക് ഇപ്പോഴുള്ള ഉമ്മയും ബാപ്പയും മതി. സർട്ടിഫിക്കറ്റിൽ ഉള്ളത് വേണ്ട... പ്രസവിച്ചെന്ന് കരുതി ഉമ്മയാവ്വല..."

അജ്മൽ നിറകണ്ണുകളോടെ പറഞ്ഞു. "എന്താ ചെയ്യേണ്ടതെന്ന് എനിക്കറിയില്ല... ആറുമാസം ആയപ്പോൾ ഇട്ടിട്ട് പോയവൾ ഇതുവരെ അന്വേഷിച്ചിട്ടില്ല. ഞാൻ എന്താ ചെയ്യേണ്ടത് ? ഞാൻ പെറ്റതല്ല.... അന്ന് തൊട്ട് ഇന്നോളം പെറ്റി വളർത്തിയതേയുള്ളൂ.... അങ്ങനെ സർട്ടി ഫിക്കറ്റിൽ ഒക്കെ എന്റെ പേര് എഴുതാൻ പറ്റുമോ? ഇവൻ എനിക്ക് ഇല്ലാതാകുന്നത് എനിക്ക് ആലോചിക്കാനേ വയ്യ....."

     ഒറ്റമരത്തണലിൽ

വിജയലക്ഷ്മിയുടെ സ്ത്രീ ശരീരത്തിൽ എവിടെയൊക്കെയോ മാതൃത്വം ഉയരുന്നതായി അവർക്ക തോന്നി. "ഞാനൊന്ന് അന്വേഷിക്കട്ടെ... എന്താണ് ചെയ്യാൻ പറ്റുക എന്ന്."

"ഉമ്മാന്റെ ഉപ്പാന്റെയും പേര് മാറ്റിയ എസ് എസ് എൽ സി സർട്ടി ഫിക്കറ്റ് മതി എനിക്ക്." അജ്മൽ വീണ്ടും പറഞ്ഞു രണ്ടുപേരെയും സമാധാനിപ്പിച്ച് അയച്ച ആ വൈകുന്നേരം ആണ് സഹോദരനായ അനിലിന്റെ മരണം. തുടർന്നുണ്ടായ മാനസിക വിഷമങ്ങൾ മൂലംപി ന്നീട് സ്കൂളിൽ പോകാനോ ബാക്കി കാര്യങ്ങൾ അന്വേഷിക്കാനോ തനിക്ക് സാധിച്ചിട്ടില്ല എന്ന് വിജയലക്ഷ്മി ഖേദപൂർവ്വം ഓർത്തു. അന്നത്തെ അജ്മൽ എം സി ലോകം അറിയുന്ന ഒരു ഫുട്ബോളറായി മാറുകയാണ് എന്നവൾ അഭിമാനത്തോടെ ഓർത്തു.

"അജ്മലിന്റെ നേട്ടങ്ങൾക്കെല്ലാം കാരണക്കാരായ രക്ഷിതാ ക്കളെ ഈ വേദിയിലേക്ക് ക്ഷണിക്കുകയാണ്.... അഭിമാനത്തോടെ..... നിറഞ്ഞ കയ്യടിയോടെ.... സ്വീകരിക്കാം..... നമുക്ക് അജ്മൽ ജവാദിന്റെ പ്രിയങ്കരരായ ഉമ്മയെയും ഉപ്പയേയും.. നബീസയെയും ജവാദിനെയും..... വെൽക്കം നബീസ... വെൽക്കം ജവാദ് ട്ട ദി സ്റ്റേജ്...."

സദസ്സിൽ നിന്ന് കയ്യടി ഉയരവേ... സദസ്സിന്റെ മുൻനിരയിൽ നിന്ന് നബീസയും ജവാദും വേദിയിലേക്ക് കടന്നു വരികയാണ്.... മാതൃത്വത്തി ന്റെയും പിതൃത്വത്തിന്റെയും പുതിയ തലങ്ങൾ മനുഷ്യ ജീവിതത്തോട് ഇണ്ണി പിടിപ്പിച്ച് ജീവിതയാഥാർത്ഥ്യങ്ങളിൽ രക്തബന്ധത്തേക്കാൾ വലുത് മനുഷ്യബന്ധങ്ങൾ ആണെന്ന പുതിയ തിരിച്ചറിവുകൾ ജീവിത യാത്രകളിലൂടെ ലോകത്തിനെ ബോധ്യപ്പെടുത്തിക്കൊണ്ട്.

ഹൃദയ വാതിൽ

ഡിഗ്രി പരീക്ഷയ്ക്ക് തയ്യാറെടുക്കാനായി ദേവേട്ടന്റെ സഹായം തേടണം എന്ന് ആവശ്യവുമായാണ് ഞാൻ വീട്ടിൽ നിന്ന് ഇറങ്ങിയത്. പോരുമ്പോൾ അമ്മ പറയുന്നുണ്ടായിരുന്ന "അവന്റെ കൂടെ കറങ്ങി നടക്കാൻ അല്ല പോകുന്നത്. പരീക്ഷയിൽ മാർക്ക് ഇല്ലാതെ വന്നാൽ അച്ഛന്റെ കൂടെ റേഷൻ കടയിൽ അരി ഇളക്കി കൊടുക്കാൻ നിൽക്കേണ്ടിവരും. പറഞ്ഞില്ലെന്ന് വേണ്ട."

ഇത് അമ്മയുടെ ഒരു ശൈലിയാണ്. ചെറുപ്പം തൊട്ട് കേട്ട് ശീലി ച്ചതാണ്. "കുട എടുക്കണേ.. മഴപെയ്ത് പനി പിടിപ്പിക്കേണ്ട. വെയിൽ കൊണ്ട് ദീനം വരുത്തേണ്ട. മഞ്ഞാണ് തലയിൽ വല്ലതും കെട്ടിക്കോളൂ" എന്നിങ്ങനെ ഏത് യാത്രയ്ക്ക് പുറപ്പെടുമ്പോഴും കാലാവസ്ഥക്കനുസ രിച്ച് അമ്മയുടെ ഇത്തരം വാചകങ്ങൾ ഉണ്ടാവാറുണ്ട്. പലപ്പോഴും അമ്മയെ കളിയാക്കിയിട്ടുണ്ട് ഇങ്ങനെ പറയുന്നതിന്. "നീ എത്ര മുതിർന്നാലും നീ എനിക്ക് എന്റെ കുട്ടി തന്നെയാ" എന്ന് മറുപടിയും പറയും. ലോകത്തിലെ എല്ലാ അമ്മമാരും ഇങ്ങനെ തന്നെയാണ് എന്ന് ഞാൻ സങ്കൽപ്പിക്കാറുണ്ട്. അമ്മയെന്ന രണ്ട് അക്ഷരം ആണല്ലോ ലോകത്തിലെ ഏറ്റവും വലിയ സത്യം. കയ്യിലിരുന്ന് മൊബൈൽ ശബ്ദിച്ചു "അർജുൻ... നീ ഇറങ്ങിയോ?" - ദേവേട്ടനാണ് "അതെ ഞാൻ ഇറങ്ങി. ബസ് കാത്തുനിൽക്കുകയാണ്" മറുപടി കൊടുത്തു

"ശരി നീ ചെത്തുകടവിലേക്ക് നേരിട്ടുള്ള ബസ്സിൽ കയറിക്കോളൂ ഞാൻ അവിടെ ഉണ്ടാകും" ദേവേട്ടൻ ഫോൺ ഡിസ്ക്കണക്ട് ചെയ്തു.

ചെത്തുകടവ് എന്ന ബോർഡുമായി ബസ് വന്നുനിന്നു. വലിയ തിരക്കില്ല. ഏകദേശം മധ്യഭാഗത്തായി സീറ്റ് ഉറപ്പിച്ചു. തൊട്ടുമുമ്പിലെ സീറ്റിൽ ഇരുന്ന മനുഷ്യൻ വളരെ പരുഷമായി എന്തൊക്കെയോ ഫോണിൽ സംസാരിക്കുന്നുണ്ടായിരുന്നു. സമൂഹത്തിൽ മറ്റുള്ളവർക്ക്

ബുദ്ധിമുട്ട് ആകുന്ന വിധത്തിൽ പെരുമാറുന്ന ആളുകൾ നിരവധിയാ
ണെന്ന് ഞാൻ ഓർത്തു. "ബസിലാണ് ഇറങ്ങിയിട്ട് സംസാരിക്കാം"
എന്ന രണ്ടുവരിയിൽ തീർക്കാവുന്ന ഒരു സംഭാഷണമാണ് ഒരു
ബസിലെ മുഴുവൻപേരെയും അരോചകമാക്കി നടന്നുകൊണ്ടിരിക്ക
ന്നത്. മൊബൈലിലെ ഇയർഫോൺ എടുത്ത് ചെവിയിൽ തിരുകി
കണ്ണടച്ചിരുന്നു. അമ്മാവന്റെ വീടാണ് ചെണ്ടകടവില്ലുള്ളത്. സ്കൂളിൽ
നിന്നും റിട്ടയർ ചെയ്ത ശിവൻകുട്ടി മാസ്റ്ററാണ് അമ്മാവൻ.

മകൻ ദേവൻ ഇൻഫോസിസിലെ ജീവനക്കാരനാണ്. മാസത്തിൽ
ഒരു തവണയേ ഓഫീസിൽ പോകേണ്ടതുള്ളൂ. പുതിയ കാലത്തിന്റെ
ഓമനപ്പേരായ "വർക്ക് ഫ്രം ഹോം" ആണ് ബാക്കിയുള്ള ദിവസങ്ങൾ.
ലോകത്തിലെ എല്ലാ കാര്യങ്ങളിലും അറിവുള്ള ആളാണ് ദേവേട്ടൻ
എന്ന് എനിക്ക് തോന്നാറുണ്ട്. അമ്മ പലപ്പോഴും അതു പറയാറുണ്ട്.
അതുകൊണ്ടുതന്നെ ദേവന്റെ കൂടെയുള്ള സഹവാസം എനിക്ക് ഗുണം
ചെയ്യുമെന്ന് ഉറപ്പിലാണ് അമ്മ എന്നെ ചെണ്ടകടവിൽ പോകാൻ അനു
വദിച്ചത്. ചെണ്ടകടവിൽ ബസ് ഇറങ്ങുമ്പോൾ ദേവേട്ടൻ കാത്തു നിൽ
ക്കുന്നുണ്ടായിരുന്നു. കുട്ടിക്കാലത്ത് തോണിയിൽ പോയിരുന്ന പുഴയ്ക്ക്
മീതെ വലിയൊരു പാലം പണി തീർന്നിട്ടുണ്ട്. അമ്മാവന്റെ വീട്ടിലേക്ക്
തോണിയിൽ യാത്ര ചെയ്തിരുന്ന കുട്ടിക്കാലം ഓർമ്മയിൽ തെളിഞ്ഞു.
ഭീതിയോടെ തോണിക്കാരന്റെ വാക്കുകൾ കേട്ട് തോണിക്കുള്ളിൽ
ഇരിക്കുമ്പോൾ ആടി ഉലഞ്ഞ് വക്കോളം എത്തുന്ന പുഴയുടെ ഒഴുക്കിനെ
ഭീതിയോടെ നോക്കിയിരുന്നിട്ടുണ്ട്. തുടർന്ന് കണ്ണടച്ച് തോണിയിൽ
ഇരിക്കും. അക്കരെ എത്തിയെന്ന് ബോധ്യപ്പെട്ടുമ്പോഴാണ് കണ്ണുതുറ
ക്കാറ്. കടവ് കടന്നാൽ വലതുഭാഗത്ത് വലിയ തെങ്ങിൻ തോട്ടമാണ്.
ഉയരത്തിൽ ജലസമൃദ്ധിയിൽ നിൽക്കുന്ന നിരവധി തെങ്ങുകൾ. ചുറ്റം
ഭംഗിയായി തടമെടുത്ത് ചാണകവും ഇലകളും വളമായി ചേർത്ത്
ഭംഗിയായി കിടക്കുന്ന തെങ്ങിൻതോപ്പുകൾ. അമ്മാവന്റെ സാമ്രാജ്യ
ത്തിന്റെ ഇടക്കമാണ് അവിടെ നിന്ന്. ആറ് ഏക്കറോളം അമ്മാവന്റെ
ഭൂമിയാണ്. തെങ്ങിൻ തോപ്പിൽ ചില തെങ്ങുകൾ കള്ള് ചെത്താനായി
നൽകിയിട്ടുണ്ട്. തൊണ്ട് വെച്ച് കെട്ടി കയറിപ്പോകാനുള്ള പടവുകൾ നിർ
മ്മിച്ച് ശരവേഗത്തിൽ മുകളിലേക്ക് കയറി തെങ്ങ് ചെത്തുന്ന സോമൻ
ചേട്ടൻ ആയിരുന്നു ചെറുപ്പകാലത്തിലെ എന്റെ ഹീറോ. ചെത്തിയി
റക്കുന്ന കള്ള് ഉപയോഗിച്ച് അപ്പം ഉണ്ടാക്കാനായി വീട്ടിൽ കൊണ്ട
വന്നപ്പോൾ അമ്മാവന്റെ കണ്ണ് വെട്ടിച്ച് കള്ളുകുടിച്ചതും, കുടത്തിൽ
കിടന്നിരുന്ന തേനീച്ച ചുണ്ടിനു കുത്തി കരഞ്ഞതും വീട്ടുകാരെല്ലാം
അറിഞ്ഞ് നാണക്കേടായതും ഓർമ്മ യിലെത്തി. വീട്ടിലെത്തുമ്പോൾ

അമ്മാവനും അമ്മായിയും കോലായിൽ തന്നെയുണ്ട്.

"അർജ്ജുൻ ബസ്സിൽ തിരക്കുണ്ടായിരുന്നോ? ബുദ്ധിമുട്ടായോ?" എന്നൊക്കെ രണ്ടുപേരും മാറി മാറി വിശേഷങ്ങൾ ചോദിച്ചുകൊണ്ടിരുന്നു.

ചെത്തുകടവ് ശ്രീ ഭഗവതി ക്ഷേത്രത്തിലേക്ക് ദേവേട്ടനൊപ്പം നടക്കുകയായിരുന്നു. പ്രധാന റോഡിൽ നിന്ന് തിരിഞ്ഞ് വയലിലൂടെ ഒരു യാത്ര.. പാടങ്ങൾ അന്യമാകുന്ന പുതിയ കാലത്തിന് വ്യത്യസ്ത അനുഭവങ്ങൾ പകർന്നു തരികയാണ് ചെത്തുകടവിന്റെ പാടശേഖരങ്ങൾ. കതിര് വരാൻ തുടങ്ങിയ പാകത്തിൽ നിൽക്കുന്ന നെൽച്ചെടികൾ. മനുഷ്യൻ ചവിട്ടി നടക്കാത്ത പാടവരമ്പുകളിലേക്ക് മുമ്പ് കള പറിച്ചെറിഞ്ഞവ വീണ്ടും കിളിർത്തു തുടങ്ങിയിട്ടുണ്ട്. അമ്പലത്തിലേക്കുള്ള വഴിയിൽ മനുഷ്യർ സ്ഥിരമായി നടക്കുന്നതിനാൽ തെളിഞ്ഞു കിടപ്പാണ്. യാത്രയിൽ കാലടി ശബ്ദം കേട്ടപ്പോൾ ഞണ്ടുകൾ വെള്ളം കലക്കി മാളങ്ങളിൽ പൊളിച്ചു. ചില തവളകൾ വരമ്പ് കുറുകെ ചാടിപ്പോയി. വരമ്പത്ത് കൊറ്റികൾ ജീവികളെ കാത്ത് ധ്യാനിച്ച നിൽക്കുന്നു. വരമ്പിനോട് ചേർന്ന് ഒരു ആൽമരം നിൽപ്പുണ്ട്. അതിനു ചുവട്ടിലാണ് പാടത്ത് പണിയെടുക്കുന്നവർ ഭക്ഷണം കഴിക്കാറ്. രണ്ടു പാടശേഖരങ്ങൾക്ക് ഇടയിലൂടെ ഒഴുകുന്ന കൈത്തോടിൽ നിറയെ വെള്ളം ഉണ്ട്. എന്നോ വീണുപോയ ഒരു തെങ്ങ് പാലമായി ഇട്ടിട്ടുണ്ട്. പിടിച്ചുനടക്കാൻ രണ്ടു മുളകൾ ഗോൾ പോസ്റ്റ് പോലെ വെച്ച് അതിൽ ഓടയുടെ ഒരു കമ്പ് കൈത്താങ്ങായി പിടിച്ചു നടക്കാനായി കെട്ടിയിട്ടുണ്ട്. വയലും, തോട്ടം മുറിച്ച് കടന്ന് അമ്പലത്തിൽ എത്തുമ്പോൾ വഴിപാട് കൗണ്ടറിൽ അമ്മാവൻ ഉണ്ട്. കസവുമുണ്ട് പുതച്ച് കഴുത്തിൽ ഒരു സ്വർണമാലയും ധരിച്ച് ഇരിക്കുന്നു. തൊഴുതു കഴിഞ്ഞ് ആൽമരം ചുറ്റി വലം വെച്ച് അമ്മാവന്റെ അടുത്ത് വന്നിരുന്നു. ആളുകൾ ഇടയ്ക്കിടെ വന്ന് വഴിപാടിനുള്ള രസീത് മുറിക്കുന്നുണ്ട്.

"ദേവിക... ഉത്രം നക്ഷത്രം.. പുഷ്പാഞ്ജലി" മാധുര്യമുള്ള ഒരു ശബ്ദം കേട്ടാണ് നോക്കിയത്. ഇളം നീല പട്ടുപാവാടയും ബ്ലൗസും മണിഞ്ഞ് സുന്ദരിയായ ഒരു പെൺകുട്ടി. മുഖത്ത് യാതൊരുവിധ മേക്കപ്പുകളും ഇല്ല. കഴുത്തിൽ ഒരു മുത്തുമാല. കൈത്തണ്ടയിൽ ഒരു വള. കയ്യിലെ ഇലയിൽ കുറച്ച് പുഷ്പങ്ങൾ സൂക്ഷിച്ചിട്ടുണ്ട്. മനോഹരമായ പുഞ്ചിരി. തിരിഞ്ഞു നടക്കുമ്പോൾ കണ്ടു. നിതംബത്തെ മറയ്ക്കുന്ന കാർക്കുന്തൽ. അവളെ പറ്റി ദേവേട്ടനോട് ചോദിച്ചു. കുസൃതി നിറഞ്ഞ കണ്ണുകളോടെ അന്വേഷണം എന്തിനാണെന്ന് ദേവേട്ടൻ തിരിച്ച ചോദിച്ചു. "അമ്മയില്ലാത്ത മോളാ.... അഞ്ചുകൊല്ലം മുമ്പ് ഇവിടെ പുതിയതായി താമസത്തിന്

എത്തിയതാണ്. അച്ഛൻ കൃഷ്ണേട്ടൻ. രണ്ട് വർഷം മുമ്പ് ഭാര്യ മരിച്ചതിൽ പിന്നെ മൂപ്പര് മദ്യപാനം തന്നെ ഈ മോള മാത്രമേയുള്ളൂ. പ്ലസ്റ്റവിന് പഠിക്കുകയാണ്."

മനസ്സിൽ എവിടെയോ ദേവിക ഇരിപ്പുറപ്പിച്ചത് പോലെ തോന്നി. പിന്നീട് അമ്പലത്തിൽ പോവുക പതിവാക്കിയതിനും കാരണം ദേവികയെ ഒരു നോക്ക കാണാനുള്ള ആഗ്രഹമായിരുന്നു. എല്ലാ ദിവസവും അവൾ വന്നിരുന്നില്ല. എങ്കിലും യാത്ര ശീലമാക്കി.

"ദേവിയെ കാണാനോ, അതോ ദേവികയെ കാണാനോ?" ദേവേട്ടൻ കളിയാക്കി "പഠിക്കാനുള്ളത് പഠിച്ചോണം. നിന്റെ അമ്മ എന്നെ ചീത്ത പറയാൻ ഇടവരുത്തരുത്" ദേവേട്ടൻ ഇടയ്ക്കിടെ ഓർമിപ്പിച്ചു

ചെത്ത് കടവ് ദേവി ക്ഷേത്ര സമിതി നിർദ്ധനരായ വിദ്യാർത്ഥികൾ ക്ക് വേണ്ട ധനസഹായ വിതരണം നടത്താൻ തീരുമാനിക്കുകയും അപേക്ഷ നൽകിയവരുടെ ലിസ്റ്റ് ക്രമപ്പെടുത്താൻ എന്നെ ഏൽപ്പി ക്കുകയും ചെയ്തപ്പോഴാണ് ആ ലിസ്റ്റിൽ ദേവികയുടെ പേര് കണ്ടത്. അച്ഛന്റെ പേര് കൃഷ്ണൻ എന്ന് കണ്ടതോടെ അത് അവൾ തന്നെയാണ് ഉറപ്പിച്ചു. അമ്മാവനും കമ്മറ്റിക്കാരും ലിസ്റ്റിൽ പെട്ടവരുടെ വീട് സന്ദർ ശിക്കുന്ന വിവരങ്ങൾ അറിഞ്ഞ ഞാനും ഒപ്പം കൂടി. ദേവികയുടെ വീട് കണ്ടെത്തലായിരുന്നു ലക്ഷ്യം. അപേക്ഷ നൽകിയ പല വീടുകളിലും സാമ്പത്തിക സ്ഥിതിയുണ്ടെന്ന് എനിക്ക് തോന്നി. സൗജന്യമായി കിട്ടുന്നത് എന്തും നേടിയെടുക്കാനുള്ള മനുഷ്യന്റെ മാനസികാവസ്ഥയ്ക്ക് വലിയ മാറ്റങ്ങൾ ഒന്നും സംഭവിച്ചിട്ടില്ലെന്ന സത്യം ഞാൻ മനസ്സിലാക്കി. പലർക്കും പല ആവശ്യങ്ങൾ ആയിരുന്നു. ചിലർ വളർത്തുമൃഗങ്ങളെ വാങ്ങാൻ പണം ആവശ്യപ്പെട്ടപ്പോൾ മറ്റ ചിലർ കൈത്തൊഴിൽ ചെയ്യാനുള്ള പണമാണ് ആവശ്യപ്പെട്ടത്. പഠനവുമായി ബന്ധപ്പെട്ട സാമ്പത്തിക സഹായമാണ് നൽകുന്നതെന്ന് അവരെ ബോധ്യപ്പെട്ട ത്തുമ്പോൾ പലരുടെയും മുഖത്ത് നിരാശക്കപ്പുറം ദേഷ്യമാണ് കാണാൻ സാധിച്ചത്. കമ്പ്യൂട്ടർ വേണമെന്ന്, മൊബൈൽ വേണമെന്ന് എന്നി ങ്ങനെ ആയിരുന്ന മറ്റ ചിലരുടെ ആവശ്യം. ഒടുവിൽ ദേവികയുടെ വീടെത്തി. ഉമ്മറവും രണ്ട മുറികളും അടുക്കളയും മാത്രമുള്ള ഒരു വീട്. തേച്ചിട്ടില്ല. മുൻവശത്തും പുറക് വശത്തുമുള്ള രണ്ട് വാതിലുകൾ മാത്രം..

ഞങ്ങളെ കണ്ടപ്പോൾ വലിയ അത്ഭുതത്തോടെ അവൾ ചോദിച്ചു "എല്ലാരും കൂടി എന്താ വന്നത്?"

"മോള് ഒരു അപേക്ഷ തന്നിരുന്നില്ലേ? അതിന്റെ നിജസ്ഥിതി അറിയാൻ... എല്ലാ വീടുകളിലും പോകുന്ന കൂട്ടത്തിൽ വന്നു എന്നേ യുള്ളൂ."

അമ്മാവൻ മറുപടി പറഞ്ഞു.

"ഞാനോ? ഞാൻ അപേക്ഷ തന്നില്ലല്ലോ.. അച്ഛനാകും എന്തായി രുന്ന അപേക്ഷ?"

"മോളെ സാമ്പത്തികമായി പിന്നോക്കം നിൽക്കുന്ന വിദ്യാർത്ഥി കൾക്ക് അവരുടെ ആവശ്യത്തിന് അനുസരിച്ച് പഠന പുരോഗതിക്ക് ആവശ്യമായ സാധനങ്ങൾ വാങ്ങി നൽകുക എന്നൊരു പരിപാടി ക്ഷേത്ര കമ്മിറ്റി ആലോചിച്ചിട്ടുണ്ട് മോൾക്ക് ആവശ്യമുള്ളത് എന്താ?"

"എനിക്കൊന്നും ആവശ്യമില്ല സാറേ... പഠിക്കാനുള്ളതൊക്കെ ഞാൻ പഠിക്കുന്നുണ്ട്."

"അതല്ല മോളെ ക്കാൾ സാമ്പത്തിക സ്ഥിതിയുള്ളവർ പല കാര്യവും ആവശ്യപ്പെടുന്നുണ്ട്. മോളുടെ സാഹചര്യം അങ്ങനെയല്ലല്ലോ? ഇവിടെ തരാതെ അങ്ങനെയുള്ളവർക്ക് കൊടുത്താൽ അമ്പലത്തിന്റെ പൊതു യോഗത്തിൽ ചോദ്യങ്ങൾ ഞങ്ങൾ നേരിടേണ്ടി വരും മോള് ശരിക്കും ഒന്നാലോചിച്ച നോക്കൂ എന്തെങ്കിലും വേണോ എന്ന്."

അമ്മാവൻ പ്രോത്സാഹിപ്പിച്ചു.

പെട്ടെന്ന് അവളുടെ കണ്ണുകൾ നിറഞ്ഞു. "എനിക്കൊരു അമ്മയെ തരാൻ പറ്റുമോ സാറേ?"

വിറക്കുന്ന ചുണ്ടുകളോടെ അവൾ ചോദിച്ചപ്പോൾ ഞങ്ങൾക്കിട യിൽ മൗനം പടർന്നു.

എനിക്ക് എന്റെ അമ്മയെ ഓർമ്മ വന്നു. അങ്ങനെ ഓരോരുത്തർ ക്കും ഓർമ്മ വന്നിട്ടുണ്ടാവണം.

"എനിക്ക് സാറിനോട് മാത്രമായി ഒരു കാര്യം പറയാനുണ്ട്." അമ്മാ വനോട് അവൾ പറഞ്ഞു.

"പറയാനും എനിക്ക് പറ്റില്ല സാറേ, ഞാനത് എഴുതിത്തരാം."

എന്നുപറഞ്ഞ് അവൾ അകത്തേക്ക് പോയി. നിറഞ്ഞ കണ്ണുക ളോടെ ആണ് അവൾ തിരികെ വന്നത്. കണ്ണുനീർ വീഴുന്ന കവിൾത്തലം നനഞ്ഞിരിക്കുന്നു. അത് കണ്ട് നെഞ്ചിലെവിടെയോ വേദന ഉണ്ടാകു ന്നതായി എനിക്ക് തോന്നി. രണ്ടായി മടക്കിയ ഒരു പേപ്പർ അവളുടെ കയ്യിൽ ഉണ്ടായിരുന്നു. അത് അവൾ അമ്മാവന് നൽകി.

ഞങ്ങളിൽ നിന്നും അല്പം മാറി നിന്ന് അമ്മാവൻ കടലാസ് തുറന്ന നോക്കി. വായിച്ച നിമിഷം ദേവികയുടെ വീട്ട മുറ്റത്തെ തെങ്ങിലേക്ക് അമ്മാവൻ ചാരിനിന്നു. കണ്ണട ഊരി കണ്ണുതടച്ചു. ഒരല്പ സമയം അകലേക്ക് നോക്കി നിന്ന പിന്നെ കടലാസ് കയ്യിലെ ബാഗിനുള്ളിൽ

ഒറ്റമരത്തണലിൽ

ഇട്ട് ഞങ്ങളോട് പറഞ്ഞു "പോകാം."

അന്ന് രാത്രി എനിക്ക് ഉറങ്ങാനായില്ല. അമ്മാവന്റെ നേർപാടവം കൊണ്ടാകണം കടലാസിൽ എന്തായിരുന്നു എന്ന് ആരും ചോദിച്ച കേട്ടില്ല. അത് എന്തായിരിക്കും എന്ന ചിന്ത എന്നെ വല്ലാതെ അലട്ടി.

അടുത്ത ദിവസം അമ്മാവനോട് ആർക്കൊക്കെയാണ് കൊട്ടക്കേ ണ്ടത് എന്ന് തീരുമാനമായോ എന്ന് ചോദിച്ചെങ്കിലും അമർത്തി ഒരു മൂളൽ മാത്രമായിരുന്ന മറുപടി.

രണ്ടദിവസം കഴിഞ്ഞ് ദേവികയുടെ വീടിന മുകളിൽ കൂടി വെറുതെ നടന്ന പോയി.

കടന്ന പോകുമ്പോൾ കണ്ട വീട്ടിൽ എന്തൊക്കെയോ അറ്റകുറ്റ പ്പണികൾ നടക്കുന്നുണ്ട്. ദേവികയെ അവിടെങ്ങും കണ്ടതേയില്ല. അയൽപക്കത്തുള്ള വീട്ടിലെ ചേച്ചിയോട് അവളെപ്പറ്റി അന്വേഷിച്ച. "അവളെ ഇന്നലെ മുതൽ നഗരത്തിലെ ഒരു ഹോസ്റ്റലിൽ ചേർത്ത് പഠിപ്പിക്കുകയാണ്. കൂടുതൽ മാർക്ക് കിട്ടാൻ അതാണ് നല്ലത് എന്ന് അമ്പല കമ്മറ്റിക്കാർ കൃഷ്ണേട്ടനോട് പറഞ്ഞത്രേ. കൃഷ്ണേട്ടന് സമ്മതം. മിടുക്കി കുട്ടിയല്ലേ പോയി പഠിക്കട്ടെ അതെങ്കിലും രക്ഷപ്പെടട്ടെ."

മനസ്സിന് വല്ലാത്ത ഭാരം തോന്നിയത് പോലെ... ഒരിക്കൽപോ ല്യം താൻ സംസാരിച്ചിട്ടില്ലാത്ത പെൺകുട്ടിയാണെങ്കിലും മനസ്സിൽ എവിടെയൊക്കെയോ അവൾ കൂടുകെട്ടി താമസമാക്കിയിരുന്ന എന്നവന് മനസ്സിലായി. തിരിച്ചവരുമ്പോൾ അമ്മാവൻ മുറിയില്യുണ്ട് ചോദിക്കണമെന്ന് ആഗ്രഹിച്ച. ദേവികയെപ്പറ്റി എവിടെയാണ്?ഏത് ഹോസ്റ്റൽ ആണ്? എന്നൊക്കെ... സാധിച്ചില്ല. ഹോസ്റ്റലിൽ ചേർത്ത് പഠിക്കണമെന്നാകമോ അവൾ എഴുതിക്കൊട്ടത്?

അതിന് കരഞ്ഞത് എന്തിന്?

അമ്മയെ കുറിച്ച് ഓർത്ത് ആകുമോ?

വീണ്ടും ചിന്തകൾ കാട്ടകയറി ഇടങ്ങി...

മൊബൈലിൽ ആരുടെയോ കോൾ വന്നപ്പോൾ അമ്മാവൻ അത മെട്ടുത്ത മുറ്റത്തേക്ക് ഇറങ്ങി. ഞാൻ ഓടിച്ചെന്ന് അമ്മാവന്റെ ബാഗ് എടുത്ത് കിടന്ന പേപ്പറുകൾ എല്ലാം എടുത്ത് പരിശോധിച്ച. ഒരുപാട് അപേക്ഷകളും, അമ്പലത്തിലെ ചെക്ക് ലീഫ്റ്റകളും അമ്പലത്തിലെ കണക്കുകളും..

ഇതെല്ലാം ഉൾപ്പെട്ട കടലാസുകൾക്കിടയിൽ നിന്ന് ഞാനാ രണ്ടായി മടക്കിയ കടലാസ് കഷണം കണ്ടെത്തി. അതിൽ ഇപ്രകാരം എഴുതിയിരുന്ന.

"അച്ഛൻ പാവമാണ്... വൈകിട്ട് മദ്യപിച്ച് വരുമ്പോൾ മാത്രമേ പ്രശ്നമുള്ളൂ. മദ്യപിച്ച വരുമ്പോൾ അച്ഛന് തോന്നുകയാണ്.... ഞാൻ അമ്മയാണ് എന്ന്.. പോലീസിലൊന്നും പറയരുത്. ഇത് വരെ ഞാൻ ഒന്നും സംഭവിക്കാതെ പിടിച്ചുനിന്നു. എനിക്ക് അടച്ചുറപ്പുള്ള ഒരു വാതിൽ പണിത് തരണം. മുറിക്ക് വാതിലില്ല."

തലയ്ക്കുള്ളിൽ തേനീച്ച കൂട്ടുകെട്ടിയത് പോലെ എനിക്ക് തോന്നി. മുന്നിൽ കിടക്കുന്ന കടലാസ് കഷ്ണങ്ങൾ എല്ലാം ചുഴിയിൽ പെട്ടതു പോലെ വട്ടംകറങ്ങുന്നു. എങ്ങനെയോ കടലാസ് കഷണങ്ങൾ തിരിച്ച് ബാഗിനുള്ളിൽ ആക്കി എന്റെ മുറിയിൽ എത്തുമ്പോൾ ഞാൻ ആകെ വിയർത്തിരുന്നു.

"അർജ്ജുനേട്ടാ.... വിവാഹ വാർഷികം ആയിട്ട് എന്താ ആലോചിച്ച് ഇരിക്കുന്നത്? സിനിമയ്ക്ക് സമയമായി നമുക്ക് ഇറങ്ങാം."

തിരിഞ്ഞു നോക്കുമ്പോൾ ദേവികയാണ്. ഇളംനീല ചുരിദാറിൽ അവൾ പഴയ ഇളം നീല പട്ടുപാവാടക്കാരിയെക്കാൾ കുറെ കൂടി സുന്ദ രിയായ പോലെ.

നുറുങ്ങു കഥകൾ

ഉച്ചാടനം

തൊഴിലില്ലായ്മ ജീവിതത്തെ ഉലച്ചപ്പോഴാണ് അയാളിൽ ഉച്ചാടനം ഉടലെടുത്തത്. ഉച്ചാടനം പണ സമ്പാദനത്തിന്റെ നാട്ടുവഴികൾ തേടി. ഒടുവിൽ കാക്കിപ്പട പടികയറി വന്നപ്പോൾ മന്ത്രങ്ങൾ അയാളെ നോക്കി പല്ലിളിച്ചു.

ജന്മദിനം

"നാൾ..ഭരണി മോശല്യ്" മുത്തച്ഛൻ പറഞ്ഞു. "കാർത്തിക ആയിരുന്നേൽ വിശേഷമായേനെ"

മുത്തശ്ശിയും വിട്ടില്ല. കാർത്തികയ്ക്ക് തടസ്സമായത് ഐ എം എയുടെ സമ്മേളനം ആയിരുന്നു.

വിശപ്പ്

തളർന്നുകിടക്കുന്ന മക്കളെ കണ്ടപ്പോൾ വിശപ്പ് വേദന ആയി മാറുന്നത് എങ്ങനെയെന്ന് അവൾ അറിഞ്ഞു. നെടുവീർപ്പുകൾക്ക് വിശപ്പ് മാറ്റാൻ ആവില്ലെന്ന് അവൾ തിരിച്ചറിഞ്ഞു. ഉറച്ച തീരുമാനത്തോടെ അവൾ എഴുന്നേറ്റു. പിന്നീട് അവളിൽ നിന്നും ഉയർന്ന നെടുവീർപ്പുകൾക്ക് പണത്തിന്റെ ഗന്ധം ഉണ്ടായിരുന്നു. നഷ്ടപ്പെടലുകളുടെതും..

റിയാലിറ്റി ഷോ

സംഗീത റിയാലിറ്റി ഷോയുടെ ഗ്രാൻഡ്ഫിനാലെ.വിധി വന്നപ്പോൾ എസ്എംഎസുകൾ മൊബൈലിൽ നിന്ന് നിന്നിറങ്ങിയോടി. ഫ്ലാറ്റായത് പ്രേക്ഷകർ മാത്രം.

പോക്കറ്റിലെ ലോകം

അയാളുടെ മൊബൈൽ രഹസ്യങ്ങളുടെ കലവറ ആയിരുന്നു. അന്യരുടെ വീടും, കിടപ്പമുറിയും, പുഴക്കടവും എല്ലാം അയാളുടെ

മൊബൈൽ നക്കി ഇടച്ചു. നുറുങ്ങിയ മനുഷ്യ മാംസത്തിന്റെ ദൃശ്യം ഒപ്പിയെടുത്ത തീവണ്ടി പാലത്തിലെ ദൃശ്യങ്ങളുമായി വീട്ടിലേക്ക് നടന്ന അയാളെ കാത്ത് അമ്മ ഉണ്ടായിരുന്നില്ല. അവർ ചിതറിയ കഷണങ്ങ ളായി അയാളുടെ പോക്കറ്റിൽ ഹൃദയത്തോട് ചേർന്ന് കിടന്നിരുന്നു.

സ്നേഹം

"സ്നേഹം സൗഹൃദമാണ്"- അവൾ എഴുതി

"സ്നേഹം സാമീപ്യമാണ്"- അവൻ തിരിച്ചെഴുതി

"സ്നേഹം.. ദിവ്യമാണ്"- അവൾ മൊഴിഞ്ഞു

"സ്നേഹം പുണ്യമാണ്"- അവൻ മൊഴിഞ്ഞു

"സ്നേഹം സ്വാതന്ത്ര്യമാണ്"- അവൾ വീണ്ടുമെഴുതി

"സ്നേഹം നിർവ്വതിയാണ്"- അവൻ തിരിച്ചെഴുതി.

ആശുപത്രി വരാന്തയിൽ എത്തിയ അവരോട് നേഴ്സ് പറഞ്ഞു: "..സ്നേ ഹത്തിന് ഗുളിക തരാം 20 ദിവസം... റസ്റ്റ് എടുക്കുക."

വൃദ്ധസദനം

മകൻ കൊണ്ടുവന്നു വിട്ട വൃദ്ധസദനത്തിന്റെ ചുവരുകൾക്ക് ചാരനിറം ആയിരുന്നു. ചിന്തകൾ എരിഞ്ഞൊഴുകിയതാവാം. മുറി ക്കുള്ളിലെ നിശബ്ദത അയാളെ അലട്ടിയില്ല.അയാൾ തേടിയത് ആ നിശബ്ദത ആയിരുന്നു. തന്റെ ഹൃദയത്തിന് വേണ്ടി......

ചൂട്

ജനങ്ങളിൽ "ഭൂമി" ക്ക് വിലകുറഞ്ഞപ്പോൾ സ്ഥലത്തിന് വിലകൂടി. ചെറിയ കുന്നുകൾ ഇടിച്ചു നിരത്തി മനുഷ്യൻ പർവതങ്ങൾ പണിത പ്പോൾ കരയാൻ പുഴ ബാക്കിയില്ലായിരുന്നു. കറുത്ത ആകാശച്ചെരു വുകൾക്കിടയിലൂടെ സൂര്യൻ ഭൂമിയെ തേടി ഇറങ്ങിവന്നു. തപ്ത നിശ്വാ സങ്ങളാൽ പൊതിഞ്ഞു. ഭൂമിയെ തണുപ്പിക്കാൻ കടലിലെ വെള്ളം മതിയാകുമായിരുന്നില്ല.

ടൈ

മകന്റെ ടൈ മുറുക്കി കൊട്ടുക്കേണ്ടി വരുമ്പോഴെല്ലാം അച്ഛൻ മുണ്ട് മുറുക്കി ഉടുക്കാറുണ്ടായിരുന്നു.

മകന്റെ ചിന്തകൾ പറന്നു നടക്കുമ്പോൾ അച്ഛന്റെ ചിന്തകൾ തില ച്ചുമറിഞ്ഞിരുന്നു. ഒടുവിൽ അച്ഛന്റെ ശവകുഴിക്കു മുമ്പിൽ കുനിഞ്ഞിരുന്ന മകന്റെ ടൈക്ക് ഭാരം കൂടിക്കൂടി വന്നു.മകൻ കുഴിയിലേക്ക് മറിഞ്ഞുവീണു. മണ്ണ് അച്ഛനോടൊപ്പം അവനെയും ചേർത്ത് പിടിച്ചു.

വിധി

സാഹിത്യകാരന് രോഗപീഡ. ചിന്തയും സർഗാത്മകതയും കുട്ടിക്ക ഴിച്ച്, വികാരം മേമ്പൊടി ചേർത്ത് സാഹിത്യപത്രത്തിൽ ഒഴിച്ച് രണ്ട് നേരം സേവിക്കുക.... വൈദ്യശാസ്ത്രം വിധിച്ചു.മരുന്നിന്റെ ചേരുവകൾ എല്ലാം സ്വന്തമായുള്ള അയാൾ അവതേടിയലഞ്ഞു. കിട്ടിയില്ല... അന്ന് ഇംഗ്ലീഷ് മാസത്തിലെ ആദ്യദിനമായിരുന്നു. സാഹിത്യകാരന് അവസാ നത്തേയും.

കാലം

അന്ന് ഇണപ്പക്ഷികളിൽ ഒന്നിനെ അമ്പെയ്തു വീഴിയപ്പോൾ കണ്ട നിന്നയാൾ പറഞ്ഞു "മാനിഷാദ". ഇന്ന് ഇണപ്പക്ഷികൾ ഒന്നിനെ കൊത്തി എടുത്ത് പറക്കമ്പോൾ കണ്ട നിന്നയാൾ പറഞ്ഞു: "യൂട്യൂബ് അല്ലെങ്കിൽ ഇൻസ്റ്റാഗ്രാം."

കർക്കിടകം

കർക്കിടകം ! കോരിച്ചൊരിയുന്ന മഴ.. ആ കുടിലിൽ അയാൾ തനിച്ചാ യിരുന്നു. മേഘങ്ങളെ നോക്കി അയാൾ മന്ത്രിച്ചു: "കറുത്ത കർക്കിടകം." അയാൾ കറുപ്പിനെ സ്നേഹിച്ച തുടങ്ങി. പകലും രാത്രിയും വന്നു പോയി. ഒടുവിൽ അയാൾക്ക് അയാളുടെ കണ്ണകൾക്ക് പകലിനെ നഷ്ടമായി. കറുപ്പ് അയാളെ പൊതിഞ്ഞു. ഒടുവിൽ കറുപ്പിനെ മാറ്റി ആരൊക്കെയോ അയാളെ വെള്ള പുതപ്പിച്ചു.

സേർച്ചിംഗ്

തടിച്ച പുസ്തകങ്ങളിലൂടെ അറിവിന്റെ ആഴപ്പരപ്പിൽ നീന്തിത്തുടി ക്കവേ, രംഗം 6 പുസ്തകങ്ങളേക്കാൾ കനമുണ്ട് തന്റെ കൺപോളകൾ ക്ക് എന്ന് അവൾക്ക് തോന്നി. ഒരു കുഴല്ചെയുന്നത് കേട്ടാണ് അവൾ ഉണർന്നത്. നീല പല്ല് കാട്ടി ചിരിച്ചുകൊണ്ട് ഒരു കുഴല്ത്തുകാരൻ. അയാൾ അവളെ സെർച്ചിങ്ങിനായി ക്ഷണിച്ചു. തുടർന്ന് ദൃശ്യമായ ഓരോ രംഗവും അവളുടെ കണ്ണകളെ കൂടുതൽ വിടർത്തി കൊണ്ടിരുന്നു. ആ ദൃശ്യ ലോകത്തിൽ മയങ്ങി നിൽക്കവേ അയാളുടെ നീല പല്ലകൾ അവളുടെ ശരീരത്തിലേക്ക് ആഴ്ന് ഇറങ്ങി. അവളുടെ ശരീരം നീല ആയി തുടങ്ങി. വായനയ്ക്ക് പകരം സെർച്ചിങുമായി വന്ന ആ കുഴല്ത്തുകാരൻ പണ്ട് എലിയെ കൊല്ലാൻ വന്ന് ഒരു ഗ്രാമത്തിന്റെ ബാല്യം മുഴുവൻ ഇല്ലാതാക്കിയ കുഴല്ത്തുകാരന്റെ പുതിയ അവതാരമായി ആയിരുന്നു എന്ന് ആരും അറിഞ്ഞില്ല.

യാഥാർത്ഥ്യം

ആ പൂവ് അയാളുടെ സ്വന്തമായിരുന്നില്ല. ആരുടെയോ തോട്ടത്തിൽ ആർക്കോവേണ്ടി വിരിഞ്ഞ പൂവ്.ഒരു ദിനം ആ പൂവ് അയാളെ മാടി വിളിക്കുന്നത് പോലെ അയാൾക്ക് തോന്നി. നിത്യവും ആ പൂവിനെ അയാൾ നോക്കി നിന്നു. അതിനെ താലോലിച്ചു. കിന്നാരം പറഞ്ഞു.ആ പൂവിന്റെ ചെടിയിലെ മുള്ളാകാൻ അയാൾകൊതിച്ചു. വേദനിപ്പിക്കാനല്ല ആ പൂവിനെ ആരും വേദനിപ്പിക്കാതിരിക്കാൻ. മറ്റുള്ളവർ ആ പൂവിനെ നോക്കുന്നതും, ആസ്വദിക്കുന്നതും അയാളിൽ നൊമ്പരമുണ്ടാക്കി.ഒരു ദിനം കനത്ത മഴ ആർത്തു പെയ്തു. നിസ്സഹായതയോടെ അയാൾ നിൽക്കെ, ആ പൂവ് ഇതളുകളായി ഭ്രമിയിൽ പരന്നുകിടന്നു. ഓരോ ഇതളിനെയും അയാൾ ഉന്മാദത്തോടെ പെറുക്കിയെടുത്തുവെങ്കിലും അതൊരിക്കലും ആ പഴയ പൂവ് ആകില്ലെന്ന് അയാൾ തിരിച്ചറിഞ്ഞു. തിരിച്ചറിവുകൾ സമ്മാനിക്കുന്നത് എന്നും വേദനയാണ്.

പോരാട്ടം

അറുപതോടടുത്തു.. എങ്കിലും പോരാട്ടവീര്യത്തിന്റെ ആർജ്ജവവുമായി കനലെരിയുന്ന മനസ്സുമായി, ത്യാഗത്തിന്റെയും, സഹനത്തിന്റെയും തൃഷ്ണയുടെയും മുദ്രാവാക്യങ്ങളെ മനസ്സിൽ ഉരുവിട്ട് കുഞ്ഞിരാമൻ മാസ്റ്റർ കൊടിയും പോസ്റ്ററുമായി പടികടക്കവേ..പേരക്കുട്ടി ചോദിച്ചു "എങ്ങോട്ടാ മുത്തച്ഛൻ ?

"ഒരു സമരം ഉണ്ട് മോളെ...."

"ചുംബന സമരം ആണോ"

ജനറേഷൻ ഗ്യാപ്പ് ദൃശ്യമായത് കുഞ്ഞിരാമൻ മാസ്റ്ററുടെ ചുണ്ടുകൾ ക്കിടയിൽ ആയിരുന്നു. കൊടിയും പോസ്റ്ററും മണ്ണിനെ ചുംബിച്ചു.

●

www.ingramcontent.com/pod-product-compliance
Lightning Source LLC
LaVergne TN
LVHW041748190726
843493LV00008B/2509